தமிழர் வீரம்

ஆசிரியர் :

டாக்டர் ரா. பி. சேதுப்பிள்ளை, பி.ஏ., பி.எல்.

பழனியப்பா பிரதர்ஸ்

'கோனார் மாளிகை'

14, பீட்டர்ஸ் சாலை, சென்னை – 14.

கிளைகள் :

திருச்சி - 620 002 சேலம் - 636 001

கோயமுத்தூர் - 641 001 மதுரை - 625 001

ஈரோடு - 638 001.

முதற்பதிப்பு : 1947
பன்னிரண்டாம் பதிப்பு : 2007
பதின்மூன்றாம் பதிப்பு : 2011

ISBN : 978-81-8379-408-4

விலை : ரூ. 42-00

ஏஷியன் பிரிண்டர்ஸ், சென்னை - 600 014.

திரு. நாவலர் ச. சோமசுந்தர பாரதியார் அவர்கள் எழுதிய

முதற் பதிப்பின் முகவுரை

'தமிழர் வீரம்' என்னும் நல்லுரைத் தொகுதி வரப்பெற்றேன்; படித்து உவகையுற்றேன். இவ் வினிய உரைச் செய்யுள் எழுதிய புலவர், சென்னைப் பல்கலைக் கழகத் தலைவராம் திரு. ரா.பி. சேதுப்பிள்ளை அவர்கள். "சொல்லின் செல்வர்" என வளமலி புலமை இளந்தமிழுலகு பாராட்டும் இப் பேராசிரியர் இனிய எழுத்தாளர்; இன்சொற் பேச்சாளர். இவர்கள் உரை கேட்டு மகிழாத தமிழர் இரார். இவர்கள் இயற்றும் நூல் எதுவும் தமிழகம் முழுவதும் செல்லும் நாணயம்; நூல் நோட்ட வண்ணக்கர் மதிப்பு பாராட்டும் வேண்டாமல் செலாவணியாகும் கலா உண்டியல். இந் நூலுக்கு முகவுரை எழுதித் தகவுபெறுமாறு என்னைத் தூண்டியது என்பால் இவர்கள் கொள்ளும் அன்பைக் காட்டும்.

தமிழில் சிறந்த செய்யுட்கள் எல்லாம் அகம், புறம் என்னும் பொருட்செல்வக் கருவூலங்களாகும். அகப் பொருள் நூல்கள் அனைத்தும் காதற் களஞ்சியங்கள். புறப்பொருள் நூல்களில் பழந் தமிழரது பேராண்மையும் அவரது போர் அறத்துறையும் பேசப்படும். தமிழ்ப்

பொருநர் வீரம், இகலார் மேற் படையெடுக்கும் இழிவை இகழும்; வெற்றி வெறியிலும் வீழ்வாரை நலியும் சிறுமையை வெறுக்கும். தமிழர் போர் அற ஒழுக்கம், வெட்சி-வஞ்சி-உழிஞை-தும்பை-வாகை என்றைந் திறப்படும். பகைவரை எச்சரியாமல் மெய்வீரர் போர் தொடங்கார். அவ் வெச்சரிப்பின் பொதுவகையே வெட்சித் திணை (ஒழுக்கம்) ஆகும். படையெடுப்பு வஞ்சி எனப்படும். பகைவர் அரணழித்தல் உழிஞை. பொருகளத்தில் எதிர்த்துப் போர் புரிதல் தும்பை. முடிவில் வெற்றி மாலை மிலைவது வாகை. இப்போர் ஒழுக்கம் ஒவ்வொன்றும் இடங் காலங்களுக் கேற்பப் பலதிறத் துறை வகுத்து நடக்கும்.

இத்தகைய தமிழர் செந்திறப் போர்த்துறை அனைத்தும் முறைபடத் தொகுத்து, வரிசைப்படுத்தி, எளிதில் எல்லோரும் தெளியுமாறு சிறிய இவ்வுரை நூலில் விளக்கிய ஆசிரியர் புலமைத் திறம் பாராட்டற்பாலது. போர்க் கொடியேற்றம், படைத்திறம், போர்க்களம், மறமானம், தானைவகை, நிலப்படை, கடற்படையாட்சி, கோட்டை கொத்தள மாட்சி, பேராண்மை, மாதர் வீரம், வீரக்கல், விருதுவகை எல்லாம் நிரல்படத் தொகுத்து, திறம்பட வகுத்து இந்நூலில் விளக்கப்பட்டுள்ளன. புறநானூறு, திருக்குறள், பெருந்தொகை, புறத்திரட்டு முதலிய பெருநூல்களும், அவை கூறும் அருந்திறற் செய்திகளும் இதில் அழகுற எடுத்து ஆளப்படுகின்றன. பண்டைத் தமிழர் போர் மரபும், மற மாண்பும், வீரர் அறப்

பரிசும் எல்லாம் சிறிய இவ்வொரு நூலே செறிய விளக்கும் பெற்றியும், இதன் பொருள் நிறைவும் சொல்வளமும் வியப்பொடு நயப்பும் விளைவிக்கின்றன. இந்நூலை அறிஞரெல்லாம் பாராட்டி வரவேற்று ஆதரிப்பர் என நம்புகிறேன். நூலுக்கு வாழ்த்தும், நூலாசிரியருக்குப் பல்லாண்டும் கூறுகிறேன்.

பசுமலை,
9 - 5 - 1947.

நாவலன் - இளசைகிழான்
ச. சோ. பாரதி

உள்ளுறை

தமிழர் வீரம்

1. தமிழ்க் கொடி யேற்றம்

தமிழன் சீர்மை

தமிழன் என்றோர் இனம் உண்டு; தனியே அதற்கொரு திறம் உண்டு. அத்திறம் முன்னாளில் தலை சிறந்து விளங்கிற்று. "மன்னும் இமயமலை எங்கள் மலையே" என்று மார் தட்டிக் கூறினான் தமிழன். "கங்கையும் காவிரியும் எங்கள் நதியே" என்று இறுமாந்து பாடினான் தமிழன். "பஞ்சநதி பாயும் பழனத் திருநாடு எங்கள் நாடே" என்று நெஞ்சம் நிமிர்ந்து பேசினான் தமிழன்.

தமிழன் ஆண்மை

ஆண்மை நிறைந்தவன் தமிழன். அந்நாளில் அவன் வாளாண்மையால் பகைவரை வென்றான்; தாளாண்மை யால் வன்னிலத்தை நன்னிலமாக்கினான்; வேளாண்மை யால் வளம் பெருக்கினான். இது மூவாயிரம் ஆண்டுகளுக்கு முன்னே வாழ்ந்த தமிழன் நிலை. இன்றும் வடநாட்டில் அவன் கை வண்ணம் மண்ணுள் மூழ்கி மறைந்து கிடக்கின்றது. இந்தியாவின் எல்லைப்புறத்திலுள்ள பெலுச்சியர் நாட்டிலே தமிழ் இனத்தைச் சேர்ந்த மொழியொன்று இன்றளவும் வாழ்கின்றது.

தென்னாடு - தமிழ்நாடு

உயர்ந்தவர் தாழ்வர்; தாழ்ந்தவர் உயர்வர். இஃது உலகத்து இயற்கை. அந்த முறையில் படிப்படியாகத்

தாழ்ந்தான் தமிழன்; வளமார்ந்த வட நாட்டை வந்தவர்க்குத் தந்தான்; தென்னாட்டில் அமைந்து வாழ்வானாயினான். அந் நிலையில் எழுந்தது, "வடவேங்கடம் தென்குமரி ஆயிடைத் தமிழ் கூறும் நல்லுலகம்" என்ற வாசகம்.

இமயப் படையெடுப்பு

ஆயினும், இமயமலை தன் மலை என்பதைத் தமிழன் மறந்தானல்லன். படையூற்றம் உடைய தமிழ் மன்னர் பலர் வடநாட்டின்மீது படையெடுத்தனர்; வீரம் விளைத்தனர். வெற்றி பெற்றனர். சேர சோழ பாண்டியர் ஆகிய தமிழ் வேந்தர் மூவர்க்கும் அப்பெருமையிலே பங்குண்டு.

விற்கொடி யேற்றம்

சேரகுல மன்னருள் சாலப் பெருமை வாய்ந்தவன் நெடுஞ் சேரலாதன். அவன் இமயமலை வரையும் படையெடுத்துச் சென்றான்; எதிர்த்த ஆரிய மன்னரை அலற அடித்தான்; சிறை பிடித்தான். இமயமலையில் தனது வில்லுக்கொடியை ஏற்றி, "இமய வரம்பன்" என்னும் விருதுப் பெயர் கொண்டான். அவன் புகழைப் பாடினார் பொய்யறியாப் பரணர்.[1]

புலிக்கொடி யேற்றம்

பழங்காலச் சோழர் குலப் பெருமையெல்லாம் தன் பெருமையாக்கிக் கொண்டவன் கரிகால் சோழன் என்னும் திருமாவளவன். அடலேறு போன்ற அவ்வீரன் வடநாட்டின்மேற் படையெடுத்தான்; தடுப்பார் எவருமின்றி, இமயமலையை அடுத்தான்; விண்ணளாவிய அம் மலையை அண்ணாந்து நோக்கினான்; தன் வேகம் தடுத்தாண்ட அவ்

---

1. "ஆரியர் அலறத் தாக்கிப் பேரிசை
தொன்றுமுதிர் வடவரை வணங்குவில் பொறித்து
வெஞ்சின வேந்தரைப் பணித்தோன்"

என்பது அவர் பாட்டு - அகநானூறு, 396.

"காவா நாவிற் கனகனும் விசயனும்
விருந்தின் மன்னர் தம்மொடும் கூடி
அருந்தமிழ் ஆற்றல் அறிந்திலர் ஆங்கெனச்
சீற்றம் கொண்டுஇச் சேனை செல்வது"[5]

என்று அதன் திறமுரைத்தான் சேரன்.

ஆரியப் படையும் தமிழ்ப் படையும்

நீலகிரியையும் கங்கையாற்றையும் கடந்து பகைப்புலம் புகுந்தது தமிழ்ப்படை. அங்குக் கனகனும் விசயனும் எட்டு வேந்தரைத் துணைக்கொண்டு சேரனை எதிர்த்தனர். இரு திறத்தார்க்கும் கடும்போர் நிகழ்ந்தது. தமிழ்ப் படையின் வெம்மையைத் தாங்கமாட்டாது கூட்டுச் சேனை நிலை குலைந்து ஓட்டம் பிடித்தது. கனக விசயர் சேரன் கையிற் சிக்கிக் கொண்டார்கள். ஒரு பகலிற் பல வேந்தரைப் புறங் கண்ட சேரன் வெற்றி வீரனாகப் பாசறையில் வீற்றிருந்தான்; இமய மலையிற் போந்து பத்தினிப் படிமத்திற்குரிய சிலை யெடுத்து வருமாறு தன் சேனாபதியை ஏவினான்.

வீரப் பரிசளிப்பு

கங்கையின் தென் கரையில் நட்பரசராகிய கன்னர் தமிழ் மன்னன் தங்குதற்குச் சிறந்ததோர் பாசறை அமைத்திருந்தனர். அங்கு வந்து அமர்ந்தான் சேரன். படை வீரர் பல்லாயிரவர் நிறைந்திருந்தார்கள். அவர்களுள் மாற்றாரை முருக்கி வென்றவர் பலர்; விழுப்புண் பட்டவர் பலர்; செருக்களத்தில் உயிர் கொடுத்துப் புகழ் கொண்ட சூரரின் மைந்தர் பலர். அவரை யெல்லாம் வருக என்றழைத்தான் வீர மன்னன்; அவரது வரிசையறிந்து பொன்னாலாகிய வாகைப் பூக்களை முகமலர்ந்து பரிசளித்தான். செங்குட்டுவனது செங்கையாற் பரிசு பெற்ற வீரர் செருக்களத்திற் பெற்ற இன்பத்திலும் சிறந்ததோர் இன்ப முற்றனர்.

---

5. சிலப்பதிகாரம், கால்கோட்காதை, 159-162

ஆரிய மன்னருக்கு விடுதலை

பின்பு, தென்னாட்டை நோக்கிப் புறப்பட்டான் சேரன்; இமயமலையிலே எடுத்துக் கங்கையிலே நீராட்டிய கண்ணகி சிலையைக் கனக விசயரின் முடிமேல் ஏற்றினான்; வெற்றிமுரசம் அதிர, வெண்சங்கம் முழங்க, சிறையரசர் தலையில் இமயச்சிலை விளங்க வஞ்சிமாநகரை அடைந்தான். பத்தினிக்கோட்டத்தில் கண்ணகியின் சிலை ஒரு நன்னாளில் நிறுவப்பெற்றது. அக் காட்சியைக் கண்களிப்பக் கண்டனர் தமிழரசரும் அயல் அரசரும்.[6] கண்ணகியின் திருவிழாவை முன்னிட்டு விடுதலை பெற்ற கனகனும் விசயனும், "தலைக்கு வந்தது தலைச்சுமையோடு போயிற்று" என்று உள்ளங் குளிர்ந்து பத்தினிக் கோட்டத்தை வணங்கித் தத்தம் நாட்டை நோக்கிச் சென்றனர்.

---

6. "அருஞ்சிறை நீங்கிய ஆரிய மன்னரும்
பெருஞ்சிறைக் கோட்டம் பிரிந்த மன்னரும்
குடகக் கொங்கரும் மாளுவ வேந்தரும்
கடல்சூழ் இலங்கைக் கயவாகு வேந்தனும்"

கண்ணகியை வணங்கினர்.

- சிலப்பதிகாரம், வரந்தரு காதை, 157-160

2. தமிழர் படைத்திறம்

நாற்படை

அரசர்க்குரிய அங்கங்களுள் தலைசிறந்தது படை. படைத் திறத்தால் அரசன் உட்பகையை அழிப்பான்; புறப்பகையை ஒழிப்பான். முன்னாளில் தேர்ப்படை, யானைப்படை, குதிரைப்படை, காலாட்படை என்னும் நாற்படையுமுடைய அரசன் மிகச் சிறந்தவனாக மதிக்கப் பெற்றான்.[1] எல்லாப் படைகளுக்கும் மன்னனே மாபெருந் தலைவன்.

யானைப் படை

நால்வகைப் படைகளில் ஏற்றமும் தோற்றமும் வாய்ந்தது யானைப்படை. செருக்களத்தில் வீறுகொண்டு வெம்போர் விளைப்பதும், மாற்றார்க்குரிய மாட மதில்களைத் தாக்கித் தகர்ப்பதும் யானைப் படையே. அப்படைவீரர் யானையாட்கள் என்றும், குஞ்சரமல்லர் என்றும் குறிக்கப்பெற்றனர். வலிமை சான்ற அழகிய யானை, பட்டத்து யானை என்று பெயர் பெற்றது. உயர்ந்த மேனியும், ஓங்கிய நடையும், சிறந்த கொம்பும், பரந்த அடியும், சிறிய கண்ணும், செந்நிற வாயும் உடைய யானையே அப் பதவிக்கு உரியதாயிற்று. அரசன், நாட்டைச் சுற்றிப் பார்க்கப் புறப்படும்பொழுதும், படையெடுக்கும் பொழுதும் பட்டத்து யானைமீதேறிச் செல்வான். அவன் கொடி தாங்கும் தகுதியும் அதற்கே உண்டு.

---

1. "உறுப்பமைந்து ஊறஞ்சா வெல்படை வேந்தன்
வெறுக்கையுள் எல்லாம் தலை" -திருக்குறள், 761

சேரநாட்டு யானைப்படை

தமிழகத்தில் மலைநாடாகிய சேரநாடு யானைச் செல்வமுடையது. ஆதலால் அந்நாட்டுப் படையில் யானைப் படை சிறந்ததோர் அங்கமாக விளங்கிற்று. அந் நாட்டை ஆண்ட அரசன் ஒருவன் "பல்யானைச் செல்கெழு குட்டுவன்" என்று பாராட்டப்படுகின்றான்.[2] புலவர் பாடும் புகழுடைய வீரனாய் விளங்கிய அச்சேரன் வேழப்படையால் விழுமிய புகழ் பெற்றவன் என்பது வெளிப்படை.

சோழநாட்டு யானைப்படை

சோழநாட்டின் வேழப்படைத் திறத்தினைப் பிற நாட்டு அறிஞர் எழுதியுள்ள குறிப்புகளால் அறியலாகும். "சோழநாட்டு அரசாங்கம் அறுபதாயிரம் போர்க் களிறுகளை உடையது. போர்க்களத்திற் புகும் பொழுது அவற்றின் முதுகில் அமைந்த வீடுகளில் வீரர் நிறைந்திருப்பர்; தூரத்திலுள்ள பகைவர்கள்மீது வில்லம்பு துரப்பர்; ஈண்டிய பகைவர்மீது ஈட்டியைப் பாய்ச்சுவர். போர் முனையில் வீரம் விளைத்து வெற்றி பெறும் வேழங்களுக்கு விருதுப் பெயர் கொடுப்பதுண்டு. அப் பெயர்கள் அவற்றின் கொற்றத்தைக் குறிப்பனவாக அமையும். நாள்தோறும் போர்க் களிறுகளை அரசன் பார்வையிடுவான்" என்று சீனத்து அறிஞன் ஒருவன் எழுதிப் போந்தான்.[3]

பாண்டிநாட்டு யானைப்படை

பாண்டி நாட்டை ஆண்ட வீரமன்னருள் ஒருவன் பெருவழுதி என்னும் பெயரினன். பகைவர்களை

---

2. இவனைப் பதிற்றுப்பத்து மூன்றாம் பத்தில் பாலைக் கௌதமனார் பாடியுள்ளார்.

3. சோழர்கள் - நீலகண்ட சாஸ்திரியார், இரண்டாம் பாகம், முதல் பகுதி. ப. 230

அறப்போரால் வென்று மறக்கள வேள்வி புரிந்தவன் அவன். யானைப்படை அவனிடம் சிறந்து விளங்கிற்று. "கொல்யானை பலவோட்டிக் கூடா மன்னர் குழாம் தவிர்த்த பெருவழுதி" என்று வேள்விக்குடிச் செப்பேடுகள் அவனை வியந்துரைக்கின்றன.[4] பாண்டி நாட்டு மீனக் கொடி அவன் பட்டத்து யானையின்மீது பெருமிதமாக நிமிர்ந்து பறந்த காட்சியைக் கண்ட கவிஞர் ஒருவர்,

> "கொல்களிற்று மீமிசைக் கொடிவிசும்பு நிழற்றும்
> எங்கோ வாழிய"

என்று மன மகிழ்ந்து வாழ்த்தினார்.[5]

வேளைப் படை

கண்ணினைக் காக்கும் இமைபோல அரசற்குக் காலத்தில் உதவி புரியும் வீரரும் முற்காலத்தில் இருந்தனர்; அன்னார் அணுக்கப் படையினர்; உற்றவிடத்து உயிர் வழங்கும் பெற்றியர். உடுக்கையிழந்தவன் கை போல் இடுக்கண் வந்த வேளையில் ஏன்று உதவிய அவ்வீரர் "வேளைக்காரர்" என்று அழைக்கப் பெற்றார்.[6] தஞ்சைச் சோழ மன்னர் சேனையில் வேளைக்காரப் பட்டாளம் ஒன்று சிறந்து விளங்கிற்று.

ஔவை கண்ட வீரன்

பழங்காலத்திலும் இத்தகைய வேளைப்படை வீரர் இருந்தனர் என்பது ஔவையார் பாட்டால் விளங்குகின்றது. ஒரு நாள் ஓர் அரசனைக் காணச் சென்றார்

---

4. வேள்விக்குடிச் செப்பேடுகள் கி.பி. எட்டாம் நூற்றாண்டிலே வரையப்பெற்றன.

5. புறநானூறு, 9. நெட்டிமையார் பாட்டு.

6. ஆபத்து வேளையில் அஞ்சல் என்று அருள் புரியும் முருகவேளை "வேளைக்காரப் பெருமாள்" என்றார், அருணகிரிநாதர்.

ஔவையார். மது நிறைந்த பொற்கிண்ணம் அவன் முன்னே நின்றது. அங்கு முறுக்கு மீசையோடு மெய்காப்பாளனாக நின்றான் ஒரு சேவகன். அவன் முகத்தை ஔவையார் அமர்ந்து நோக்கினார்; அவன் ஊரும் பேரும் கேட்டறிந்தார்; முகமலர்ந்தார்; ஆர்வத்தோடு பேசலுற்றார் :

"அரசே ! இவன் பிறந்த குடியின் பெருமையை மூன்று தலைமுறையாக நான் அறிவேன். ஒரு போர் முனையில் உன் பாட்டன் பெரும் போர் புரிந்துகொண்டிருந்தான். அவன் வில்லினின்றும் போந்த அம்புகள் மாற்றார் சேனையைச் சின்னபின்னமாக்கின. அவ்வில்லின் செயல் கண்டு விம்மிதம்கொண்டு நின்றான் உன் ஐயன். அப்போது பகைவன் ஒருவன் விலாப் புறமாக நின்று வீசிய வேற்படை அவனை நோக்கி வேகமாக வந்துகொண்டிருந்தது. அதனை அவன் அறிந்தானில்லை. நொடிப்பொழுதில் வேற்படைக்கும் அவனுக்கும் இடையே ஒரு வீரன் வந்து நின்றான்; வெம்படையைத் தன் மார்பில் ஏற்றான்; மடிந்து மண்மேல் விழுந்தான். அவனைத் தழுவி எடுத்தான் உன் பாட்டன்; கடும் புண்ணைக் கண்ணீரால் கழுவினான்;[7] அவன் விழுந்து பட்ட இடத்தில் வீரக் கல் நாட்டினான்.

"அவ் வீரனுடைய பேரன் இவன். அந்த முறையில் அவன் பெயரே இவன் பெயர். அமர்க்களத்தில் இவனும் அருஞ் செயல் புரிய வல்லான்; உனக்காக உயிரையும் கொடுப்பான். தியாகம் இவன் பிறவிக்குணம். ஆதலால் இக் கிண்ணத்திலுள்ள மதுவை முதலில் இவனுக்கே கொடு" என்று கூறினார். அது கேட்ட அரசன் மனமகிழ்ந்து ஔவையார் பணித்தவாறே செய்தான்.[8]

---

7. "புரந்தார்கண் ணீர்மல்கச் சாகிற்பின் சாக்காடு
இரந்துகோட் டக்க துடைத்து"
என்ற திருக்குறள் ஈண்டுக் கருதத் தக்கது.

8. *புறநானூறு, 290.*

மூலப் படை

பல்வகைப் படையையும் கையாண்டது பழந்தமிழ் நாடு. மூலப்படை, கூலிப்படை, நாட்டுப்படை, காட்டுப் படை, துணைப்படை, பகைப்படை என்னும் அறுவகைப் படையையும் உடையராயிருந்தனர் தமிழ் மன்னர். ஆயினும் அவற்றுள் சாலச் சிறந்தது மூலப்படையே. அப்படை வீரர் வாழையடி வாழைபோல் மன்னர்க்குப் படைத் தொழிலாற்றும் மறக் குலத்தினர்; பரம்பரையாற் பெற்ற பேராண்மையும் மனத் திண்மையும் உடையவர்; பகைவரது வெம்மையைத் தாங்கி நிலைகுலையாது நின்று போரிடும் தன்மையர். இத்தகைய மூலப் படையைத் "தொல்படை" என்றார் திருவள்ளுவர்.[9]

விலைப் படை

வேந்தர்க்குரிய படைகளுள் விலைப்படையும் ஒன்று. "பொன்னின் ஆகும் பொருபடை" என்று அதன் தன்மையை உணர்த்தினார் சிந்தாமணியாசிரியர். முன்னாளில் விலைப் போர் வீரராக விளங்கியவர்களுள் ஒருவர் வேளிர்குலத் தலைவர். அவர் பேராண்மை வாய்ந்தவர்; மாற்றாரின் கூற்றுவர்; வெற்றிமேல் வெற்றி பெற்ற வீரர். சென்ற விடமெல்லாம் செரு வென்று உயர்ந்தமையால் அவர் "முனையடுவார்" என்னும் சிறப்புப் பெயர் பெற்றார். போர் முனையிலே தோல்வியுற்றவர் பெரும்பாலும் அவருதவியை நாடுவர்; அதற்குக் கைம்மாறாகத் தக்க பொன்னும் பொருளும் கொடுக்க இசைவர். முனையடுவார் போர்க்கோலம் புனைந்து புறப்படுவார். மாற்றாரைத் தாக்குவார்; வெற்றி பெறுவார்; பேசிய பொருளைப் பெற்று மீள்வார்.

---

9. "உலைவிடத்து ஊறஞ்சா வன்கண் தொலைவிடத்துத்
தொல்படைக் கல்லால் அரிது" - திருக்குறள், 762.

அவ்வாறு கிடைத்த பொருளிற் பெரும்பாகத்தை அவர் அறவழியிற் செலவிட்டார். வாளாண்மையால் வந்த பொருளை அறநெறியிற் செலவிட்டு அவர் இறைவன் திருவருளுக்குரியராயினார். திருத்தொண்டர் புராணத்தில் போற்றப்படுகின்ற அரனடியார் அறுபத்து மூவரில் முனையடுவாரும் ஒருவராய் விளங்குகின்றார்.[10]

படை வகுப்பு

இன்னும், இக் காலத்துப் பட்டாள முறையில் அமைந்த படைகளும் முற்காலத்தில் உண்டு. விற்படை, வேற்படை, மற்படை, வாட்படை முதலிய படை வகுப்புகளைத் தமிழ்ப் பாட்டிலே காணலாம். விற்கலையில் தேர்ந்திருந்தது முற்காலத் தமிழ் நாடு. மலை நாட்டை யாண்ட சேரமன்னர்க்கு வில்வித்தை குலவித்தையாகவே அமைந்தது, சேர நாட்டுக் கொடியில் வில்லின் வடிவமே எழுதப்பட்டிருந்தது. வில்லவன் என்பது சேரமன்னர்க்குரிய குடிப் பெயராக வழங்கிற்று. இன்றும் பழைய வில்லாண்மையைக் காட்டும் வழக்கம் ஒன்று மலையாள நாட்டில் உள்ளது. ஆண்டுக்கு ஒரு முறை மலையாள மன்னர் தம் அரண்மனையினின்று வில்லுடன் வெளிப்பட்டு அம்பெய்து மீண்டு வருகின்றார்.

வட்டுடை

வீரர் உடுக்கும் உடை வட்டுடை என்று பெயர் பெற்றிருந்தது. வில்லாளருள் முதல்வனாக வைத்து எண்ணப்பட்ட சீவகன், மாற்றார் கவர்ந்து சென்ற பசுக்களை மீட்டுவரப் புறப்பட்டபோது வட்டுடை உடுத்திருந்தான் என்று சிந்தாமணி கூறுகின்றது. தாய்முகங் காணாது கதறியழுத கன்றுகளும், அவற்றின் துயர் கண்டு தரியாத

---

10. "அறைக்கொண்ட வேல்நம்பி முனையடுவாற் கடியேன்" என்று திருத்தொண்டத் தொகைப் பதிகத்திலே பாடினார், சுந்தரமூர்த்தி.

ஆயர்களும் இன்புறும் வண்ணம் பசுக்களை மீட்டுத் தந்த சீவகனை, " வட்டுடைப் பொலிந்த தானை வள்ளல் !" என்று அக் காவியம் வியந்து புகழ்கின்றது. முழந்தாள் அளவாக வீரர் உடுக்கும் உடையே வட்டுடையாகும்.[11] விற்படையில் கைதேர்ந்த வீரர் 'தேர்ந்த வில்லிகள்' என்று பெயர் பெற்றனர்.

வீர முரசு

தமிழ் நாட்டு முடி மன்னர்க்கு மூன்று முரசம் உண்டு; ஒன்று நீதி முரசு; மற்றொன்று கொடை முரசு; இன்னொன்று படை முரசு. செம்மையின் சின்னம் நீதி முரசம்; வண்மையின் சின்னம் கொடை முரசம்; ஆண்மையின் சின்னம் படை முரசம்.

வெம்மை வாய்ந்த புலியை வீறுடன் தாக்கிக் கொம்பினால் பீறிக்கொன்ற பெருங்காளையின் தோலாற் செய்யப்படுவது வீரமுரசம். போர் ஒடுங்கிய காலங்களில் அஃது அரண்மனையில் ஒரு மணி மஞ்சத்தில் வீற்றிருக்கும். மன்னன் படையெடுக்கும் பொழுது அம் முரசம் மாளிகையினின்று எழுந்து முன்னே செல்லும்.

இசைக் கருவிகள்

போர்க்களத்தில் வீர வெறியூட்டும் இசைக்கருவிகள் பல இருந்தன. பறையும் பம்பையும், திட்டையும் தடாரியும், முழவும் முருடும், கரடிகையும் திண்டியும் அத்தகைய கருவிகள்.[12] அவற்றின் பெயர்கள் ஒலிக்குறிப்பால் அமைந்

---

11. சீவக சிந்தாமணி, 468. " வட்டுடை- முழந்தாள் அளவாக வீரர் உடுக்கும் உடை விசேடம்" என்றார் நச்சினார்க்கினியர்.

12. போர்க்களத்தில் முழங்கும் கருவிகளை ஒரு பாட்டில் தொகுத்துரைத்தார் வில்லி. அதனை வில்லி பாரதம், பதினேழாம் போர்ச் சருக்கத்திற் காண்க.

தனவாகத் தோன்றுகின்றன. பம்பம் என்று ஒலிப்பது பம்பை; முர்முர் என்று ஒலிப்பது முருடு; கரடிபோல் கத்துவது கரடிகை. இவ்விசைக் கருவிகள் ஒன்று சேர்ந்து ஒலிக்கும் பொழுது வீரரது தலை கறங்கி ஆடும்; நரம்புகளில் முறுக்கேறும்; போர் வெறி பிறக்கும்; வீரம் சிறக்கும்.

மறவர்

மனத்திண்மை வாய்ந்த வீரரை மறவர் என்று அழைத்தனர் பழந் தமிழர். அவர் கல்லெனத் திரண்ட தோளர்; கட்டமைந்த மேனியர்; முறுக்கு மீசையர்; தருக்கு மொழியினர்; வீறிய நடையினர்; சீறிய விழியினர்.

> "புகழ்எனின் உயிரும் கொடுக்குவர், பழிஎனின்
> உலகுடன் பெறினும் கொள்ளலர்."[13]

பேராண்மை

போர்க்களத்தில் முன் வைத்த காலைப் பின் வைத்தலறியாத மறவரே சுத்த வீரர். தம்மை நோக்கி வரும் படைக்கலத்தைத் துச்சமாகக் கருதுவது அவர் இயற்கை. படைக்கலம் வரும் போது விழித்த கண் இமைத்தல் ... வீரத்திற்கு இழுக்கு.[14]

அன்னார் மாற்றாரது படைக்கலத்தாற் பெற்ற வடுக்களைப் பொன்னினும் மணியினும் மேலாகப்

13. புறநானூறு, 182.

14. "விழித்தகண் வேல் கொண்டு எறிய அழித்து இமைப்பின் ஒட்டன்றோ வன்கண் அவர்க்கு" என்றார் திருவள்ளுவர். பகைவர் எறிந்த வேல் தன்னை நோக்கி வரும்போது கண்ணிமைத்தல் தோல்வி யாகும் என்பது இக்குறளின் கருத்து. தமிழ்நாட்டுச் சிறுவர் ஆடும் விளையாட்டில் இக் கருத்தை இன்றும் காணலாம். "எனக்குப் பயப்படுவாயா, மாட்டாயா," என்று ஒருவன் கேட்பான். "பயப்பட மாட்டேன்" என்று மற்றவன் சொல்வான். "அப்படியானால் கண்ணை விழித்துக்

போற்றுவர்; அவற்றைப் புகழின் சின்னமாகக் கருதிப் பெருமை கொள்வர்.

தழும்பன்

முன்னாளில் தழும்பன் என்ற பெயருடைய தலைவன் ஒருவன் தமிழ் நாட்டில் வாழ்ந்தான். அவன் முகத்திலும் மார்பிலும் அடுக்கடுக்காக வடுக்கள் அமைந்திருந்தன. வேலாலும் வில்லாலும் மாற்றார் எழுதியமைத்த வீரப்படம்போல் விளங்கிற்று அவன் கட்டமைந்த மேனி. பகைவர் படைக்கலத்தால் உழுது வீரம் விளைத்த உடம்பினைப் பார்த்துப் பார்த்து இன்புற்றான் அவ் வீரன்; ஒவ்வொரு தழும்பின் வரலாற்றையும் பேசிப் பேசி பெருமிதம் அடைந்தான். நாளடைவில் அவனுடைய இயற்பெயர் மறைந்து போயிற்று. தழும்பன் என்ற சிறப்புப் பெயரே அவற்குரியதாயிற்று. தமிழ்ப் பெருங் கவிஞராகிய பரணர் முதலியோர் அவன் பேராண்மையை வியந்து பாடினர்.[15]

புலிப் பல்

போர் ஒழிந்த காலங்களில் கருங்கை மறவர் காட்டினுள்ளே போந்து கடும் புலிகளைத் தாக்குவர்.

கொண்டு என் முன்னால் நில்" என்பான். அப்படி மற்றவன் நின்றவுடனே இவன் தன் இரு கைகளையும் ஓங்கித் தட்டுவான். அப்போது அவன் கண்ணை மூடி விழித்தால் தோல்வி; கண்ணிமையாமல் நின்றால் வெற்றி.

15. பெரும் புண்ணால் அழகு பெற்ற தழும்பன் என்ற கருத்தமைத்துப் பாடினார் பரணர். "இரும்பாண் ஒக்கல் தலைவன் பெரும் புண் ஏர் தழும்பன்"-நற்றிணை, 300 நக்கீரரும் இவனைப் பாடினர்.

அவற்றின் வாயைக் கிழிப்பர்; பற்களைத் தகர்ப்பர்; வெற்றிப் பரிசாகிய அப் பற்களைக் கோத்துத் தம் குல மாதர்க்கு அணிகலனாகக் கொடுப்பர். அதுவே மறக்குடி மாதர் மதித்த நற்பரிசு.

> " மறங்கொள் வயப்புலி வாய்பிளந்து பெற்ற
> மாலை வெண்பல் தாலி"

என்று பழந்தமிழ்க் கவிதை அதன் பெருமையைப் பாடிற்று.[16]

புலிகடிமால்

முன்னாளில் கடும்புலி வாழும் காட்டிலே முனிவர் ஒருவர் தவம் புரிந்திருந்தார். அவர்மீது பாய்வதற்குப் பதி போட்டது ஒரு பெரும் புலி. வீரம் வாய்ந்த தமிழ் மகன் ஒருவன் அப்போது அவ் வழிப் போந்தான்; புலிக்கும் முனிவருக்கும் இடையே பாய்ந்தான்; அவ்விலங்கைக் கொன்று முனிவர் உயிரைக் காத்தான். அன்று முதல் 'புலிகடிமால்' என்று தமிழகம் அவனைப் புகழ்வதாயிற்று. அவன் குடி வழியில் வந்த தலைவர்க்கெல்லாம் அது பட்டப் பெயராக வழங்கிற்று.[17]

வீரப் பெயர்

இன்னும், அந் நாளில் பல வகையான வீரப் பெயரிட்டு வாழ்ந்தனர் தமிழர். வேங்கை மார்பன் என்பது ஒரு சிற்றரசன் பெயர். அச்சொல்லிலே வீரம் வீறுகின்றது. இன்னும் விறல் மிண்டன், கோட்புலி முதலிய பெயர்களும் ஆடவர் பெயர்களாக அமைந்தன.[18] சிங்கன் என்ற பெயரும்

---

16. சிலப்பதிகாரம், வேட்டுவ வரி, 27-28.

17. புறநானூறு - 201.

18. " அடல்சூழ்ந்த வேல்நம்பி கோட்புலிக்கும் அடியேன்." - சுந்தரமூர்த்தி தேவாரம், திருத்தொண்டத் தொகைப் பதிகம்.

அக்காலத்தில் வழங்கிற்று. பொதியமலைக்கருகே சிங்கன் என்ற தலைவனால் ஆளப்பட்ட பாளையம் சிங்கன்பட்டி என்று பெயர் பெற்றது. புலமை சான்ற திருவள்ளுவரின் நண்பராகத் திகழ்ந்த தமிழ்ப் பெருமகன், ஏலேல சிங்கன் என்னும் பெயர் பெற்றிருந்தான் என்பர். இவ்வாறு வீரப் பெயர் பூண்டு, வீரம் விளைத்தனர் பண்டைத் தமிழர்.

கொற்றவை வழிபாடு

தமிழ் வீரர் வணங்கிய தெய்வம் கொற்றவை ஆகும். வெற்றி தரும் தாயே கொற்றவை என்று பெயர் பெற்றாள்.

"சிலம்பும் கழலும் புலம்பும் சீறடி
வலம்படு கொற்றத்து வாய்வாட் கொற்றவை"[19]

யின் கோயில் தமிழ் நாட்டுப் பாலை வனங்களிலும் மலைகளிலும் சிறந்து விளங்கிற்று. ஆனைமலைத் தொடரில் உள்ள அயிரை என்னும் குன்றின்மீது கொற்றவையின் கோயில் ஒன்று முற்காலத்தில் இருந்தது. மன்னரும் மறவரும் அங்கே குருதிப் பலி கொடுத்து வழிபாடு செய்தார்கள். நாளடைவில் அயிரை மலை என்ற பெயர் ஐவர்மலை என மருவிற்று. பஞ்சபாண்டவர் என்னும் ஐவர்க்கும் உரியது அம் மலை என்ற கதை எழுந்தது. அதற்கு இசைய அங்கிருந்த கொற்றவை ஐவர்க்கும் தேவியாய பாஞ்சாலி என்று அழைக்கப் பெற்றாள்.[20]

வீரத் தாய்

வீரத்தைப் பெண்ணாக வழிபட்ட பெருமை தமிழருக்கு உரியதாகும். இம் மாநிலத்தில் ஆதி சக்தியாக

---

19. சிலப்பதிகாரம் : வேட்டுவ வரி, 63-64.

20. 'சேரன் செங்குட்டுவன்,' ப. 181. பழனியிலிருந்து ஏழு மைல் தூரத்திலுள்ள ஐவர்மலையில் நூற்று அறுபதடி நீளமுள்ள குகையும், பழங்கோயிலும் உள்ளன. M.M. III, 724.

அமைந்தவள் கொற்றவை. பழமைக்குப் பழமையாய்த் திகழ்பவள் அவளே. தமிழகத்திற் படை வீடுகொண்டு அருள் புரியும் வீர முருகனை ஈன்ற தாய் அவளே.[21] அரந்தை கெடுத்து வரம் தரும் திறம் வாய்ந்தவள் அவளே.

21. திருமுருகாற்றுப்படை, முருகனை "வெற்றி வெல் போர்க் கொற்றவை சிறுவன்" என்றும், "பழையோள் குழவி" என்றும் குறிக்கின்றது.

3. தமிழ்நாட்டுப் போர்க் களங்கள்

பேராசை

பகையும் போரும் எந்நாளும் இவ்வுலகில் உண்டு. மண்ணாளும் மன்னரின் ஆசைக்கு ஓர் அளவில்லை; அகில மெல்லாம் கட்டி ஆண்டாலும் கடல் மீதிலே ஆணை செலுத்த விரும்புவர்; கடலாட்சி பெற்ற பின்னர் வான வெளியை ஏகபோகமாக ஆள ஆசைப்படுவர். இத்தகைய ஆசையால் வருவது பூசல். "ஒருவனை ஒருவன் அடுதலும் தொலைதலும் புதுவதன்று. இவ்வுலகத்து இயற்கை"[1] என்றார் ஒரு தமிழ்க் கவிஞர்.

பாரதப் போரும் தமிழரசும்

மண்ணாசை பிடித்த மன்னர் வாழும் இம்மாநிலத்தில் நெடுங்காலம் தன்னரசு பெற்று வாழ்ந்தது தமிழ்நாடு. வாழையடி வாழையென வந்தனர் சேர சோழ பாண்டியர். பாரதப் போர் நிகழ்ந்தபோது பகைத்து நின்ற இரு படைக்கும் வளமாகச் சோறளித்தான் ஒரு தமிழ் வேந்தன். அவன் பெருமையை வியந்து புகழ்ந்தது பாரதநாடு.

"ஓர்ஐவர் ஈரையும் பதின்மர் உடன்றெழுந்த
போரில் பெருஞ்சோறு போற்றாது தானளித்த

1. புறநானூறு, 76.

சேரன் பொறையன் மலையன் திறம்பாடிக்
கார்செய் குழலாட ஆடாமோ ஊசல்"

என்று அச் சேரன் சீர்மையைச் சிலம்பு பாடிற்று.

தலைவணங்காத் தமிழகம்

வடநாட்டு வம்பமோரியர் திக்கெட்டும் வெல்வோம் என்று தோள் கொட்டி ஆர்த்துத் தென்திசை நோக்கி வந்தபோது அவர் படை வெள்ளத்தைத் தடுத்துப் போர் புரிந்தான் பழையன் என்னும் தமிழ் வீரன். அப்போது வம்பர் படைத்திறம் தமிழ் நாட்டில் முனைந்து செல்ல மாட்டாது மடங்கி அடங்கிற்று.[2] அன்றியும் அசோகன் போன்ற அருந்திறல் அரசர்களும் தமிழ் நாட்டின் தன்னரசை மதித்தார்கள். அந்நாளில் வர்த்தகம் கருதி வந்த பிற நாட்டாரைத் தமிழ்நாடு வரவேற்றது; அவரோடு வேற்றுமையின்றிக் கலந்தது; ஆனால், தண்டெடுத்து வந்தவரைத் தட்டி முறித்தது.

திருமாவளவன்

தமிழ்நாட்டு முடிவேந்தருக்குள் அடிக்கடி போர் நிகழ்ந்ததுண்டு. சோழ மன்னரில் திருமாவளவனும், பாண்டிய மன்னரில் நெடுஞ்செழியனும் தாமாகவே தலையெடுத்த பெரு வீரர். இளமையில் அரியணை ஏறினான் திருமாவளவன். எளிதில் அவனை வெல்லலாம் என்று கருதினர் பகை வேந்தர். பாம்பு சிறியதாயினும் பெருங்கழியால் அடித்தல் வேண்டும் என்பது அவர் கொள்கை. ஆதலால் சேரனும் பாண்டியனும் பெரும்படை திரட்டினர். சிற்றரசர் பதினொருவர் அவருடன் சேர்ந்தனர். நேசப் பெரும்படை வளவனுக்குரிய நாட்டின்மேற் சென்றது. அப்படையின் வருகையை ஒற்றர் வாயிலாக அறிந்தான் வளவன்; ஊக்கம் உற்றான். மண்ணாசை பிடித்த மாற்றார்

---

2. இந்தியர் வரலாறு (எஸ்.கே. கோவிந்தசாமி) ப. 96.

அனைவரையும் ஒருங்கே அடித்து முடிப்பதற்கு நல்லதோர் வாய்ப்பு நேர்ந்தது என்று எண்ணி மன மகிழ்ந்தான்.

வெண்ணிப் போர்

சோழியப்படை காற்றெறி கடலெனக் கதித்தெழுந்தது. ஆத்திமாலை அணிந்த திருமாவளவன் முன்னணியில் பெருமிதமாகச் சென்றான். வெண்ணியூரின் அருகே இரு திறத்தார்க்கும் வெம்போர் நிகழ்ந்தது. போர்க்களத்தில் பாண்டியன் அடிபட்டு விழுந்தான்; ஆவி துறந்தான். சேரன் மார்பில் ஓர் அம்பு பாய்ந்து புறத்தே போயிற்று. குறுநில மன்னர் குன்று முட்டிய குருவிபோல் வீறு குன்றி ஓடினர். வளவன் வாகை மாலை சூடினான். கவிகள் பாமாலை சூட்டினர்.[3]

நெடுஞ்செழியன்

தமிழ்நாட்டை அரசாண்ட மற்றொரு வீர மன்னன் நெடுஞ்செழியன். அவன் கருவிலே திருவுடையவன்; அஞ்சாத நெஞ்சினன்; செஞ்சொற் கவிஞன். இளமையிலே அவன் அரசாளும் உரிமை பெற்றான். இளமையை எளிமையாகக் கருதினர் மற்றைய இரு வேந்தரும்; படைத்திறமற்ற சிறுவன் என்று ஏளனம் பேசினர்.

அதனை ஒற்றர் வாயிலாக அறிந்தான் செழியன். பெருஞ் சீற்றமுற்றான். மாற்றார் என் நாட்டைப் பழித்தனர்; என்னையும் இழித்துரைத்தனர். சிறு மொழி பேசிய அவ்வரசரைச் சிதற அடிப்பேன்; சிறை பிடிப்பேன்; வெற்றி பெறுவேன். பெறேனாயின் என் குடிகள் என்னை இகழ்க; மாபெரும் புலவர்கள் என் நாட்டைப் பாடாதொழிக"

---

3. "இருபெரு வேந்தரும் ஒருகளத் தவிய
வெண்ணித் தாக்கிய வெருவரு நோன்தாள்
கண்ணார் கண்ணிக் கரிகால் வளவன்"
- பொருநர் ஆற்றுப்படை, 145-147

என்று வஞ்சினம் கூறினான்;[4] போர்க்கோலங்கொண்டு எழுந்தான்.

தலையாலங்கானப் போர்

தலையாலங்கானத்தில் மாற்றாரைத் தாக்கினான்; வாகை மாலை சூடினான்.[5] "தலையாலங்கானத்துச் செருவென்ற பாண்டியன் நெடுஞ்செழியன்" என்று தமிழகம் அவனைப் பாராட்டி மகிழ்ந்தது.

---

4. "சிறுசொல் சொல்லிய சினங்கெழு வேந்தரை
அருஞ்சமம் சிதையத் தாக்கி முரசமொடு
ஒருங்கு அகப்படேஎ னாயின் பொருந்திய
என்னிழல் வாழ்நர் செல்நிழல் காணாது
கொடியன்எம் இறையெனக் கண்ணீர் பரப்பிக்
குடிபழி தூற்றும் கோலேன் ஆகுக" -புறநானூறு,72.

5. "தலையாலங்கானத்தில் தன்னொக்கும் இரு வேந்தரைக் கொலை வாளில் தலை துமித்து" என்று கி.பி. பத்தாம் நூற்றாண்டில் வரையப்பட்ட சின்னமனூர்ச் செப்பேடுகளில் இச் செய்தி கூறப்படுகின்றது.

4. மான வீரம்

மானங் காத்தான்

மானமே உயிரினும் சிறந்ததென்பது தமிழ்நாட்டார் கொள்கை. “மானங் கெடவரின் வாழாமை முன் இனிதே” என்றார் ஒரு தமிழ்ப் புலவர். எனவே, மானங் காத்த வீரனை மனமாரப் போற்றும் வழக்கம் தொன்று தொட்டுத் தமிழ் நாட்டில் உண்டு. நாட்டின் மானத்தைக் காத்தருளிய வீரன் ஒருவனுக்கு “மானங் காத்தான்” என்ற பட்டம் சூட்டிய நாடு தமிழ் நாடு. அவன் பெயரைத் தாங்கிய ஊர்கள் இன்றும் பாண்டி நாட்டில் நின்று நிலவுகின்றன.[1]

விழுப்புண் புறப்புண்

போர்க்களத்தில் முகத்திலும் மார்பிலும் புண்பட்ட வீரனை எல்லோரும் போற்றுவர்;[2] விழுப் புண் பெற்றான் என்று வியந்து பேசுவர்; வீரக்கல் நாட்டி வணக்கம் செலுத்துவர். ஆனால், புறத்திலே புண்பட்ட வீரனை எல்லோரும் இகழ்வர்; போர்க்களத்தில் புறங்காட்டி ஓடியதற்கு அடையாளமாகிய அப்புண்ணைப் பார்க்குந்தோறும் பழித்தும் இழித்தும் பேசுவர். ஆதலால் மான வீரர் ஒருபோதும் புறப் புண் தாங்கி உயிர் வாழ இசையார்.

---

1. இராமநாதபுரம் ஜில்லா, அருப்புக்கோட்டைத் தாலூகாவில் மானங்காத்தான் என்னும் ஊர் உள்ளது.

2. “விழுப்புண் படாதநாள் எல்லாம் வழுக்கினுள்
வைக்கும்தன் நாளை எடுத்து”

விழுப்புண் - முகத்திலும் மார்பிலும் பட்ட புண் என்று உரைத்தார், பரிமேலழகர்.

புறப்புண் பட்ட சேரலாதன்

பெருஞ் சேரலாதன் என்னும் சேர மன்னன் வரலாறு இவ்வுண்மைக்கு ஓர் எடுத்துக்காட்டாகும். வெண்ணிப் போர்க்களத்தில் புறப்புண் பட்டதாக எண்ணினான் சேரன். அப்போதே உயிரை வெறுத்தான்; உண்ணா நோன்பிருந்து உயிர் விடுத்தான்.

சேரனுக்குப் பாராட்டு

அப் போர் நிகழ்ந்த ஊரிலே ஒரு பெண்மணி விளங்கினாள். அவள் குயக் குலத்திற் பிறந்தவள்; கவிபாடும் திறம் பெற்றவள். போர்க்களத்தைக் கண்ணாற் கண்ட அம் மாது இருவகையில் இன்பம் உற்றாள். தன் நாட்டரசன் - திருமாவளவன் - வெற்றி பெற்றான் என்றறிந்த நிலையிற் பிறந்த இன்பம் ஒரு வகை. செருக்களத்தில் தோற்று ஓடிய சேரலாதன் மான வீரனாய் வடக்கிருந்து மாண்டான் என்று கேள்வியுற்றபோது பெற்ற இன்பம் மற்றொரு வகை. வாகை சூடிய வளவனை நோக்கி, "அரசே, வெண்ணிப் போர்க்களத்தில் மாற்றார்மீது சாடினாய்; வெற்றிமாலை சூடினாய்; வல்லவன் நீயே; ஆயினும் மானம் பொறாது உயிர் துறந்த சேரன் நின்னினும் நல்லவன்" என்று பாடினாள்.[3] எனவே வளவனது வீரத்தை வியந்து பாராட்டிய தமிழ் உலகம் சேரன் மானத்தையும் மதித்துப் புகழ்ந்த தென்பது நன்கு விளங்கும்.

மானங் காத்த சாமந்தர்

இரு வீரர்

ஆபத்து வேளையில் மாநில மன்னர்க்கு நேர்ந்த மானங்காத்து, மாயாப் புகழ் பெற்ற சிற்றரசரும் தமிழ்

3. "களியியல் யானைக் கரிகால் வளவ
சென்றமர்க் கடந்தநின் ஆற்றல் தோன்ற
வென்றோய், நின்னினும் நல்லன் அன்றே
புறப்புண் நாணி வடக்கிருந் தோனே"
- புறநானூறு, 66.

நாட்டில் உண்டு. காவிரி நாட்டைச் சோழ மன்னனுக்கு மீட்டுக் கொடுத்தான் ஒரு சிற்றரசன். தொண்டை நாட்டை யாண்ட பல்லவ மன்னனுக்கு நேர்ந்த பழி தீர்த்தான் மற்றொரு சிற்றரசன். இடுக்கண் களைந்த அவ்வீரர், இருவரையும் தமிழ் நாடு போற்றிப் புகழ்ந்தது.

உறந்தைப் போர்

பழங்காலத்தில் உறந்தையில் அரசாண்ட வளவன் ஒருவனைத் தாக்கினார் பகையரசர். பகல் முழுவதும் போர் நடந்தது. அந்தி மாலையில் சோழியப் படைநிலை குலைந்தது. போர்வீரர் புறங்காட்டி ஓடினர். சோழனைச் சிறை பிடிக்க மாற்றரசர் நாற்றிசையும் துருவித் திரிந்தார்கள். மாறுகோலம் புனைந்து, நழுவியோடினான் வளவன். காரிருள் அவனுக்குப் பேரருள் புரிந்தது. பொழுது புலருமுன்னே நடு நாட்டில் உள்ள முள்ளூர் மலையைச் சென்றடைந்தான் அம் மன்னன்.

திருக்கண்ணன் கோட்டை

மலையமான் மரபில் வந்த திருக்கண்ணன் என்ற குறுநில மன்னன் அப்போது முள்ளூர்க் கோட்டையை ஆண்டுவந்தான். அவன் தஞ்சமடைந்தோரைத் தாங்கும் தகைமை வாய்ந்தவன்; வருந்தி வந்தடைந்த வளவனை அவன் வரவேற்றான்; கோட்டையில் வைத்து ஆதரித்தான்.

காவிரி நாட்டின் நிலை

காவலனை இழந்த காவிரி நாடு கலக்கமுற்றது. குடிகள் கண்ணீர் வடித்தார்கள்; மாற்றார் கொடுமைக்கு ஆற்றாது துடித்தார்கள். அந் நிலையை அறிந்தான் திருக்கண்ணன்; மனம் வருந்தினான்; மன்னனுக்கு நேர்ந்த மானத்தையும், மாந்தர் படும் துயரத்தையும் ஒழிக்கத் துணிந்தான்.

திருக்கண்ணன் படையெடுப்பு

பெண்ணையாற்றங்கரையினின்று ஒரு நன்னாளில் புறப்பட்டது கண்ணன் சேனை. ஆங்காங்கு மறைந்திருந்த

சோழிய வீரர் அப் படையில் சேர்ந்தார்கள். உறந்தையின் அருகே கண்ணன் சேனைக்கும் மாற்றார் சேனைக்கும் கடும்போர் நிகழ்ந்தது. பகையரசர் மனத்திட்பம் இழந்தனர்; பறித்த பொருளையெல்லாம் போர்க்களத்திற் போட்டு ஓட்டம் பிடித்தனர்.

பாராட்டும் பட்டமும்

வெற்றிபெற்ற கண்ணன், வளவனை உறையூருக்கு அழைத்து வந்தான்; அரியாசனத்தில் அமர்த்தினான். மழை முகங் காணாத பயிர்போல் வாடியிருந்த குடிகள் எல்லாம் அரசன் வருகையால் இன்புற்று மகிழ்ந்தார்கள். மானங்காத்தான் மலையமான் திருக்கண்ணன் என்று பாராட்டினர் மாந்தரெல்லாம். ஆபத்துக் காலத்தில் அடைக்கலம் தந்து, அரசையும் மீட்டுக் கொடுத்த கண்ணனை மனமாரப் புகழ்ந்து ஏனாதிப் பட்டம் அளித்தான் வளவன். அன்றுமுதல் “மலையமான் சோழிய ஏனாதி திருக்கண்ணன்” என்று தமிழ் நாடு அவனைப் புகழ்வதாயிற்று.[4]

பல்லவர்கோன் - நந்தி

பல்லவகுல மன்னனாகிய நந்திவர்மன் காஞ்சி மாநகரில் அரசு புரிந்தான். அவனுக்குப் பகைவர் பலராயினர். ஆயினும் படைத் திறமும் பண்பாடும் வாய்ந்த உதயசந்திரன் என்ற சாமந்தன் உற்ற துணைவனாக அமைந்தமையால் நந்திமன்னன் கவலையற்றிருந்தான். கும்பகோணத்திற்கு அருகே இப்போது நாதன் கோயில் என வழங்கும் ஊர் அப்போது பல்லவ நகரமாகச் சிறந்து விளங்கிற்று. நந்திபுரம் என்பது அதன் பழம் பெயர்.

4. *“எள்ளறு சிறப்பின் முள்ளூர் மீமிசை*
அருவழி யிருந்த பெருவிறல் வளவன்
மதிமருள் வெண்குடை காட்டி அக்குடை
புதுமையின் நிறுத்த புகழ்மேம் படுந !”

- புறநானூறு, 174.

அவ்வூரிலே கோட்டையும் கோவிலும் கட்டினான் நந்திவர்மன்.

தென்னவன் முற்றுகை

அப்பதியிலே தங்கியிருந்த நந்தி மன்னனைப் பாண்டியன் இராஜசிம்மன் பெருஞ்சேனை கொண்டு தாக்கினான்; கோட்டையை முற்றுகையிட்டான். நந்தியின் சிறு படை நலிவுற்றது.

உதயசந்திரன் உதவி

தொண்டை நாட்டில் இருந்த உதயசந்திரன் அதனை அறிந்தான்; தன் சேனையோடு விரைந்து போந்தான்; பாண்டியனது படையைத் தாக்கினான். நாற்புறமும் நந்திபுரத்தை வளைத்து நின்ற மறப்படை உலைந்து ஓடத் தொடங்கிற்று. உதயசந்திரன் அதனை விடாமல் தொடர்ந்து ஒறுத்தான்; நிம்பவனம், சூதவனம் முதலிய போர்க் களங்களில் மாற்றாரை முறியடித்தான்; பல்லவ வேந்தனுக்கு நேர்ந்த பழியை மாற்றினான்.[5]

உதயசந்திரபுரம்

காலத்தில் வந்து மானங்காத்த சாமந்தனை நந்திமன்னன் மனமாரப் போற்றினான்; அவன் வீரப்புகழ் என்றும் நின்று நிலவும் வண்ணம் உதயசந்திரபுரம் என்று ஓர் ஊருக்குப் பேரிட்டான். இப்போது வடவார்க்காட்டில் உதயேந்திரம் என வழங்குவது அதுவே.

அவன் நாடும் பீடும்

இத்தகைய புகழ் அமைந்த வீரன் வேகவதியாற்றின் கரையிலுள்ள வில்லிவலம் என்ற ஊரிலே பிறந்தவன்; பெருமை சான்ற குலத்தைச் சேர்ந்தவன்;[6] அருந்திறலும் ஆன்ற குடிப்பிறப்பும் உடைய அவ்வீரன் பல்லவ மன்னனுக்கு ஆபத்தில் உதவி செய்து அழியாப் புகழ் பெற்றான்.

---

5. காஞ்சிப் பல்லவர் (R. கோபாலன்), ப. 123.

6. உதயேந்திரச் செப்பேடுகள்: S.i.i.Vol.II, part 3. p 372.

5. வடதிசை வணக்கிய வீரம்

புலிகேசன்

வடநாட்டில் உள்ளது வாதாபி நகரம்.[1] அந்நகரில் நெடுங்காலம் ஆட்சி புரிந்தனர் சளுக்கர் குல வேந்தர். அக் குலத்திலே தோன்றினான் புலிகேசன் என்னும் வீரன். அவனது படைத்திறங்கண்டு நடுங்கினர் பகைவரெல்லாம். மண்ணாசை பிடித்த புலிகேசன் கங்கரையும் கதம்பரையும் வென்றான்; அவர் ஆண்ட நாடுகளைக் கவர்ந்தான். மாளுவநாட்டு மன்னனும் அவனடி பணிந்தான். புலிகேசன் பெற்ற வெற்றிகளால் வாதாபி நகரம் ஏற்றமும் தோற்றமும் அடைந்தது.

நரசிம்மனும் புலிகேசனும்

அக்காலத்தில் நரசிம்மன் என்னும் பல்லவ மன்னன் காஞ்சி மாநகரில் அரசு புரிந்தான். அவனையும் வெல்லக் கருதிப் படையெடுத்தான் புலிகேசன். அப்போது பல்லவன் சேனை விரைந்து எழுந்தது; சாளுக்கியப் படையை மணி மங்கலத்திலே தாக்கிற்று. பல்லவப் படையின் வேகத்தைக் கண்ட புலிகேசன் பின்வாங்கினான்; வாதாபியை நோக்கித் திரும்பினான்.

படைத்தலைவர்-பரஞ்சோதியார்

மண்ணாசை பிடித்த புலிகேசனை நொறுக்கி, அவன் படைச் செருக்கை அழித்தாலன்றித் தமிழ் நாட்டார்

---

1. பீஜப்பூர் ஜில்லாவில் உள்ளது வாதாபி. அதனை "வடபுலத்து வாதாபித் தொன்னகரம்" என்றார் சேக்கிழார். திருத்தொண்டர் புராணம், சிறுத்தொண்டர், 6.

முன்னின்று கலிங்க மன்னன் கடும்போர் புரிந்தான். இரு திறத்தாரும் நிகராகச் சமர் புரியும் போது கருணாகரன் ஒரு பெருங்களிற்றின் மேலமர்ந்து காற்றின் வேகத்தோடு போர் முனையிற் புகுந்தான். தமிழ்ச் சேனை ஆரவாரித்தது; உள்ளங் கிளர்ந்தெழுந்து ஊக்கமாகத் தாக்கிற்று. கருணாகரனது வேகத்தைத் தாங்கமாட்டாமல் கலிங்கப் படை நிலை குலைந்தது. மன்னனும் மறைந்தோடி ஒரு மலைக் குகையில் ஒளித்தான். அவனுடைய கரிகளும் பரிகளும், பொன்னும் பொருளும் கருணாகரனுக்கு உரிய வாயின. அவ்வளவில் அமையாது மன்னன் ஆணைப்படி அவன் மாற்றரசனையும் பிடித்துச் செல்ல விரும்பினான்; அவன் ஓடிப் பதுங்கிய மலைக்கோட்டையைத் தேடிக் கண்டு கொண்டான். அதனை வேலாலும் வில்லாலும் வேலி கோலி, இரவு முழுவதும் காத்து நின்றது, தமிழ்ப்படை. பொழுது விடிந்தது; மலையரண் இடிந்தது; மாற்றரசன் பிடிபட்டான்.

தமிழர் வெற்றி

வெற்றி பெற்ற தமிழ்ச் சேனை வீர முழக்கத்தோடு மீண்டது. கலிங்க நாட்டிற் கவர்ந்த பொருள்களையெல்லாம் குலோத்துங்கன் அடிகளில் வைத்து வணங்கினான் கருணாகரன்.

"கடற்கலிங்கம் எறிந்துசயத் தம்பம் நாட்டிக்
கடகரியும் வயமாவும் தனமும் கொண்டு
சுடர்க்கதிர்வாள் அபயனடி அருளி னோடும்
சூடினான் வண்டையர்கோன் தொண்டை மானே."[7]

இத்தகைய வீரப் புகழ் வாய்ந்த கருணாகரத் தொண்டைமானை ஈன்ற பெருமை சோழநாட்டு வண்டாழஞ்சேரி என்னும் சிற்றூருக்கு உரியது. அவ்வூர்ப் பெயர் வண்டை என மருவி வழங்கிற்று. ஆதலால், கலிங்க மெறிந்த கருணாகரனை 'வண்டையர் கோன் தொண்டைமான்' என்று தமிழ்க் கவிதை புகழ்ந்து மகிழ்ந்தது.

---

7. கலிங்கத்துப்பரணி, 471.

6. கடலாண்ட காவலர்

சேரன் கலப்படை

தமிழ் நாட்டு மூவேந்தரும் நிலப்படையோடு கப்பற் படையும் உடையராய் இருந்தனர். சேரநாட்டை யாண்ட செங்குட்டுவன் கப்பற்படையின் வலிமையால் பகைவரை வென்று "கடல் பிறக்கோட்டிய செங்குட்டுவன்"[1] என்று புகழ் பெற்றான். அவன் தந்தையாகிய நெடுஞ்சேரலாதன் கலப்படையெடுத்துக் கடம்பர் என்ற கடற்பகைவரை வென்றான்.

கடற் கடம்பர்

இப்பேரரசர் இருவரும் தமிழ் நாட்டு வாணிக வளத்தைப் பாதுகாக்கக் கருதியே கடற்போர் புரிந்தனர் என்று தோற்றுகின்றது. அவர் காலத்தில் கடல் வழியாக நிகழ்ந்த வர்த்தகத்தால் சேரநாடு சாலவும் வளமுற்றிருந்தது. அந் நாட்டில் அமைந்த முசிறி என்னும் துறைமுகம் உலகறிந்த நகரமாய் விளங்கிற்று. யவன நாட்டிலிருந்தும், அரேபியாவிலிருந்தும், எகிப்து நாட்டிலிருந்தும் வர்த்தகக் கப்பல்கள் வந்த வண்ணமாயிருந்தமையால், அத் துறை, "வளங்கெழு முசிறி"[2]யாக விளங்கிற்று. ஆயினும், கடற்கொள்ளை அங்கு அடிக்கடி நிகழ்ந்துவந்தது. மேல் கடலின் இடையே அமைந்த வெள்ளைத் தீவைத் தம் இருப்பிடமாகக் கொண்டனர் இக் கொள்ளைக்காரர்.[3] அவர் அடித்த வழிப்பறியால் சேரமன்னர் ஆட்சிக்கு

---

1. பதிற்றுப்பத்து, ஐந்தாம் பத்துப் பதிகம்; புறநானூறு, 369.

2. அகநானூறு, 149.

3. சேரன் வஞ்சி, 5.

இழுக்குண்டாயிற்று. கலமேறிய சரக்கு கரை சேர வேண்டுமே என்ற கவலை வர்த்தகர் மனத்தைக் கலக்கியது. இவ்வாறு கடற் கொள்ளையடித்துச் சேர நாட்டுக்குக் கேடிழைத்தவர் கடம்பர். அக் கள்வரை ஒறுத்து, அவர் கலங்களை அறுத்துச் சேரலாதனும் செங்குட்டுவனும் வர்த்தக வளத்தினைப் பாதுகாத்தனர்.

சோழர் கடலாட்சி

சோழநாட்டுக் கப்பற்படையும் சாலப் பழமை வாய்ந்தது. கரிகால்வளவன் காலத்திற்கு முன்னே காவிரி நாட்டை யாண்ட சோழன் ஒருவன் கடலாட்சி புரிந்தான் என்பது ஒரு பழம்பாட்டால் விளங்குகின்றது. கடற்காற்றை ஏவல் கொண்டு கப்பலோட்டிய அக் காவலனை,

" நளியிரு முந்நீர் நாவாய் ஓட்டி
வளிதொழில் ஆண்ட உரவோன்"

என்று புகழ்ந்தது தமிழ்க்கவிதை.[4]

திருமாவளவன்

இமயமலையிற் புலிக்கொடியேற்றிப் புகழ்பெற்ற திருமாவளவன் இலங்கையிலும் அக்கொடியை நாட்ட விரும்பினான்; கலப்படை எடுத்தான்; கடல் கடந்தான்; இலங்கை அரசனோடு போர் புரிந்து வென்றான்; பன்னீராயிரம் சிங்களவரைச் சிறை செய்து தமிழ் நாட்டிற்குத் திரும்பினான் என்று இலங்கைப் பழங்கதை கூறுகின்றது.

சில நூற்றாண்டுகள் சென்றன. தஞ்சையைத் தலைநகராகக் கொண்ட சோழர் குலம் தலை எடுத்தது. அவர்க்குரிய நிலப்படையும் கலப்படையும் வலுப்பட்டன. பராந்தகசோழன் இலங்கையின்மீது படையெடுத்தான்; சிங்களச் சேனையை வென்றான்; அரசனைக் கொன்றான்; சிங்களாந்தகன் என்னும் சிறப்புப் பெயர் பெற்றான்.

இராஜ ராஜன்

அச்சோழன் வழி வந்த பெருவேந்தன் இராஜராஜன். அவனும் கடலாட்சியில் கருத்தூன்றினான்; கப்பற்

4. புறநானூறு, 66.

படையைச் செப்பம் செய்தான்; தமிழ்க்கடல் முழுதும் தானே ஆளக் கருதினான்; சேர மன்னனுக்குரிய கப்பற்படை நிலையத்தைக் கடல் வழியாகச் சென்று தாக்கினான். காந்தளூர்ச் சாலையின் அருகே இரு திறத்தார்க்கும் கடற்போர் நிகழ்ந்தது. சோழன் வெற்றி பெற்றான்; கடலாதிக்கத்திற்கு அடிகோலினான்.

இலங்கையில் வெற்றி

தமிழகத்தைச் சேர்ந்த குணகடல், குடகடல் ஆகிய இரு கடல் ஆட்சியும் பெற்ற இராஜ ராஜன் இலங்கையின் மீது சென்றான். அத் தீவகத்தின் தலைநகரம் அநுராதபுரம். அங்கிருந்து அரசு புரிந்தான் மகிந்தன் என்னும் மன்னன். அவனைத் தாக்கினான் தமிழ் வேந்தன். தமிழ்ப் படையின் முன்னிற்கமாட்டாது ஈழப்படை உலைந்து ஓடிற்று. இலங்கை வேந்தனும் மனங்கலங்கித் தலைநகரை விட்டு அகன்றான். ஆயிரம் ஆண்டுகளாக இலங்கையின் தலை நகராயிருந்த அநுராதபுரம் அழிவுற்றது. ஈழநாட்டிலே தமிழ்க் கொடியை நாட்டினான் சோழன்; அந்நாட்டுக்கு மும்முடிச் சோழமண்டலம் என்று பெயர் இட்டான். சோழர் ஆட்சிக்கு உட்பட்ட மாகாணங்களில் அம் மண்டலமும் ஒன்றாயிற்று. கேடுற்ற அநுராதபுரத்தைக் கைவிட்டு இராஜராஜன் பொலனருவை என்னும் ஊரைத் தலைநகராக்கினான்; அங்குத் தன் வெற்றியின் சின்னமாக ஒரு சிவாலயம் கட்டினான். தமிழ் நாட்டுக் கட்டுமான முறையில் அமைந்த அக் கற்கோவில் ‘ சிவ தேவாலயம்’ என்ற பெயரோடு இன்றும் அவ்வூரில் விளங்குகின்றது.[5]

இராஜேந்திரன்

இவ்வாறு சோழ மன்னன் இலங்கையைத் தமிழ் நாட்டுடன் இணைத்து ஆள விரும்பினானெனினும் ஈழத்தரசன் ஊக்கம் இழந்தானல்லன்; வாகைமாலை சூடிய தமிழ் வேந்தன் திரும்பிச் சென்றதையறிந்து கரந்திருந்த இடத்தினின்றும் வெளிப்பட்டான்; பெரும் படை திரட்டினான்; சோழனது நிலப் படையைத் தாக்கினான்.

5. சோழர், முதற் பகுதி, 206.

அதையறிந்தான் இராஜேந்திர சோழன். இவன் இராஜ ராஜனுடைய வீரமைந்தன். தந்தையைப் போலவே அவனும் இலங்கையின் மேற் படையெடுத்தான்; சிங்களப் படையை வென்றான்; மகிந்தனுக்குரிய மணி முடியையும் பொன் னணியையும் கவர்ந்தான்; அவனையும் சோழ நாட்டிற்குக் கொண்டு சென்றான்.

ஆயினும், இலங்கைப் போர் ஒடுங்கவில்லை. நாட்டுரிமையில் வேட்கையுற்ற இலங்கையர், மகிந்தன் மகனாகிய இளம்பாலனை மறைவிடத்தில் வைத்து வளர்த்தார்கள்; மகிந்தன் தமிழ் நாட்டில் இறந்தான் என்றறிந்தபோது அம் மைந்தனை இலங்கையில் மன்னனாக்கினார்கள். அது முதல் ஈழப்படைக்கும் சோழப்படைக்கும் நெடும்போர் நிகழ்ந்தது. ஈழத்தரசர் பாண்டிய மன்னரோடு உறவுகொண்டார்கள். ஆயினும் தமிழ் நாட்டில் சோழர் ஆதிக்கம் நிலைகுலையும் அளவும் இலங்கையில் புலிக்கொடி பறந்து கொண்டிருந்தது.

கடாரம் கொண்ட சோழன்

இன்னும், கடல் சூழ்ந்த பல நாடுகளையும் வென்று வீரப்புகழ் பெற்று விளங்கினர் சோழ மன்னர். இந்து மகா சமுத்திரம் என இந்நாளில் வழங்கும் பெருங்கடலில் வளமார்ந்த தீவங்கள் பல உண்டு. அவற்றுள் பன்னீராயிரம் பழந் தீவுகளை இராஜராஜன் கடற்படையால் வென்று கைப்பற்றினான். அவன் மைந்தன் இராஜேந்திரன் "அலைகடல் நடுவுள் பலகலம் செலுத்திய" பேரரசன். நிக்கபார் என்று இக்காலத்தில் வழங்கும் மாநக்கவாரம் அப்பொழுது தேனடைந்த சோலைத் தீவகமாய் விளங்கிற்று. அதைக் கைக்கொண்டான் இராஜேந்திரன். இன்னும் சாவக நாட்டை[6] யடுத்துள்ள சுமத்திரா என்னும் தீவிலும் முற்காலத்தில் தமிழர் வாழ்ந்தார்கள் என்பதற்கு ஊர்ப் பெயர்கள் ஒரு சான்று. மலையூர் என்பது அங்கே சிறந்திருந்த ஓர் ஊர். அவ்வூரைத் தன்னகத்தேயுடைய நாட்டுப் பகுதியும் மலையூர் என்று பெயர் பெற்றது.

---

6. சாவக நாடு - **Java.**

அந்நிலப் பகுதியில் ஓடிய ஆறும் மலையூர் எனப்பட்டது. எனவே, ஆதியில் தமிழர் ஊருக்கமைத்த பெயர், பின்னர் நாட்டுக்கும் நதிக்கும் முறையே அமைந்ததென்று தோன்றுகின்றது. அத்தீவகத்திலுள்ள மற்றோர் ஊரின் பழம் பெயர் பண்ணை என்பது. இப்பொழுது அச்சொல் பன்னி என்றும், பனி என்றும் மருவியுள்ளது. இவ்வூர்களையுடைய தீவகத்தை இராஜேந்திரன் கப்பற்படையால் வென்று கைக்கொண்டான்.

மலைவளம் சுரக்கும் மலாய் நாட்டிலும் தமிழர் வாழ்ந்த இடங்களை அவற்றின் பெயர்களே காட்டும். காழகம் என்பது அந்நாட்டின் ஒரு பகுதி. பழங்காலத்தில் காழகத்தில் விளைந்த பொருள் கடல்வழியாகக் காவிரிப் பூம்பட்டினத்தில் வந்து இறங்கியது.[7] அதுவே கடாரம் என்றும், கேடம் என்றும் நாளடைவில் மருவி வழங்குவதா யிற்று. இப்பொழுது கெடா என்ற பெயரால் குறிக்கப்படும் நாடு அதுவே. இன்னும், தக்கோலம் என்பது மலாய் நாட்டிலுள்ள ஓர் ஊரின் பெயர். ஆயிரம் ஆண்டுகளுக்கு முன்னே அங்குத் தமிழர் வர்த்தக வளம் பெற்று வாழ்ந்தார் என்பது சாசனத்தால் விளங்கும். இவ்வூர் தக்கோபா என்று இக்காலத்தில் வழங்கும்.

இராஜேந்திரசோழன் கடாரம் முதலிய நாடுகளைக் கப்பற்படையால் வென்றான்; அவ்வெற்றிச் சிறப்பு விளங்கும் வண்ணம் 'கடாரம் கொண்டான்' என்னும் விருதுப் பெயரும் பூண்டான். கலப்படைத் திறத்தால் கடலாண்ட அக் காவலனை,

"தேனக்க வார்பொழில் மாநக்க வாரமும்
தொடுகடற் காவல் கடுமுரண் கடாரமும்
மாப்பொரு தண்டாற் கொண்டகோப் பரகேசரி"

என்று சாசனம் பாடிற்று.

---

7. 'ஈழத்துணவும் காழகத்து ஆக்கமும்' - பட்டினப்பாலை

ஆகாய விமானம்

ஆகாய விமானமும் தமிழ் இலக்கியத்திலே குறிக்கப்படுகின்றது. விமானத்தை வானஊர்தி என்றும், அதனைச் செலுத்தும் பாகனை வலவன் என்றும் அழைத்தனர் பழந் தமிழர். காட்சிக்கினிய மயில் வடிவத்தில் அமைந்த ஒரு விமானத்தின் மாட்சியைச் சிந்தாமணி கூறுகின்றது. அதன் விசையை வலப்புறமாகக் கைவிரலால் அசைத்தால் விமானம் கிளர்ந்தெழுந்து பறக்கும்; மேக மண்டலத்துக்கு மேலும் செல்லும்; இடப்புறமாக அசைத்தால் கால் குவித்து இறங்கித் தரையிலே நிற்கும்.[8]

இத்தகைய விமானத்தை இயக்கக் கற்றிருந்தாள் ஒரு மங்கை; அவள் கணவன் ஓர் அரசன். அவனைத் தாக்கினார் பகைவர். கருவுற்றிருந்த அரசியை மயில் விமானத்தில் ஏற்றி வெளியேற்றினான் மன்னன். கணவன் கருத்தை மறுக்க மாட்டாமல் அப் பொறியை இயக்கினாள் அப் பாவை. அவள் கரம் விசையில் இருந்தாலும் மனம் கணவனையே நோக்கிற்று. மயில் முன்னே இழுக்க, மனம் பின்னே இழுக்க, ஒருவாறு பறந்து கொண்டிருந்தாள் அவள். அந்நிலையில் பகைவரது வெற்றி முரசம் அதிர்ந்தது. மங்கை கலங்கினாள்; கை சோர்ந்தாள். இயக்கமிழந்த விமானம் கீழ்நோக்கிச் சென்றது; ஒரு மயானத்தில் விழுந்தது. அதிர்ச்சியால் மயக்கமுற்றுக் கிடந்த மாதரசி அங்கு ஓர் ஆண் மகவைப் பெற்றாள். அவனே சீவகன்; சிந்தாமணியின் கதாநாயகன்.

தூங்கெயில்

ஆகாயத்தில் பறந்து செல்லும் கோட்டை போன்ற பெரிய விமானமும் அந்நாளில் இருந்ததாகத் தெரிகின்றது.

8. *சிந்தாமணி, நாமகள் இலம்பகம், 235.*

தூங்கெயில் என்பது அதன் பெயர்.[9] தூங்கெயில் ஊர்ந்து துயர் விளைத்த கொடும் பகைவரை வென்றான் ஒரு சோழ மன்னன்; அவரது ஆகாயக் கோட்டையைத் தகர்த் தெறிந்தான்; "தூங்கெயில் எறிந்த தொடித்தோட் செம்பியன்" என்று தமிழகம் அவனை வியந்து புகழ்ந்தது.[10] எப் படையால் அவன் ஆகாயக் கோட்டையைத் தகர்த்தான் என்பது இப்பொழுது தெரியவில்லை. எனினும், புலவர் பாடும் புகழுடைய பழந்தமிழ் வேந்தருள் அவன் தலைசிறந்தவன் என்பதில் ஐயமில்லை.

---

9. தூங்கெயில் என்பதற்கு நேரான ஆங்கிலச் சொல் Flying fortress என்பதாகும். சென்ற பெரும் போரில் அது கையாளப்பட்டது.

10. "தூங்கெயில் எறிந்த தொடி விளங்கு தடக்கை
நாடா நல்லிசை நற்றேர்ச் செம்பியன்"
- சிறுபாணாற்றுப்படை, 80-81.

7. தமிழ்நாட்டுக் கோட்டைகள்

அரண்மனை

நாட்டைக் காப்பவன் அரசன்; அவனைக் காப்பது அரண்மனை. அரசன் வாழும் இடம் அரண்மனை எனப்படும். அரண் என்பது கோட்டை. எனவே, அரணுடைய மனையே அரண்மனையாகும்.

தமிழகத்தில் பழமையும் பெருமையும் வாய்ந்தது மதுரை மாநகரம். நினைப்பிற்கு எட்டாத நெடுங்காலமாகப் பாண்டியர் அத்தலைநகரில் அரசு வீற்றிருந்தனர். அங்கு அமைந்திருந்த ஓர் அரண்மனையின் சிறப்பினைச் சிலப்பதிகாரம் எடுத்துரைக்கின்றது.[1] மாளிகையைச் சூழ்ந்து நின்றது நெடுமதில். பலவகைப் பொறிகள் அம் மதிலில் அமைக்கப்பட்டிருந்தன. மாற்றாரை மறித்துத் தள்ளும் இருப்புக் கவை; தானே வளைந்து சரமாரி பொழியும் யந்திர வில்; உருக்கிய செம்பையும் இரும்பையும் மாற்றார் மீது வார்க்கும் உலைப்பொறி; பற்றிய பகைவர் கரங்களைப் பொதிர்க்கும் ஊசிப்பொறி; கழுத்தை முறுக்கும் இரும்புத் தொடர்; இன்னும் புலி, யானை, பன்றி, பாம்பு இவற்றின் வடிவத்தில் அமைந்த பொறிகள்; இவற்றை யெல்லாம் கொண்டு விளங்கிற்று மதுரைக் கோட்டை.

மலை அரண்

செங்குத்தாக எழுந்த மலைகளைச் சிறந்த இயற்கை அரணாகக் கொண்டனர் பண்டைக் குறுநில மன்னர். குன்றுகளிற் கோட்டை கட்டி அவர் ஆட்சி புரிந்தனர்.

1. சிலப்பதிகாரம் - அடைக்கலக் காதை, 207-215.

பாண்டி நாட்டிலே பறம்புக் கோட்டை; கொங்கு நாட்டில் கொல்லிக் கோட்டை; சோழ நாட்டில் செஞ்சிக் கோட்டை- இவை முற்காலத்தில் சிறந்து விளங்கின.

பறம்பும் பாரியும்

பாண்டி நாட்டிலே பறம்பு மலையை ஆண்டான் பாரி என்ற சிற்றரசன். அவன் வேளிர் குலதிலகன்; ஆண்மையும் அருளும் வாய்ந்தவன். அங்க நாட்டு அரசனாகிய கர்ணனும் பறம்பு நாட்டுத் தலைவனாகிய பாரியும் கொடைக்கு வரம்பாகத் தமிழ் இலக்கியத்திற் குறிக்கப்படுகின்றனர். முல்லைக் கொடிக்குத் தேர் கொடுத்து எல்லையற்ற புகழெய்திய பாரியைத் தேவாரமும் விதந்து பாடிற்று.[2]

மூவேந்தர் முற்றுகை

பாரியின் புகழை அறிந்து எரிவுற்றனர் பெருநில மன்னர். சேர சோழ பாண்டியராகிய மூவரும் ஒன்று சேர்ந்தனர்; பெரும் படை திரட்டினர்; பறம்பு மலையை முற்றுகையிட்டனர்; சில நாளில் பாரி சரணமடைவான் என்று எதிர்பார்த்திருந்தனர். ஆனால், மலைக்கோட்டையில் அவன் வாட்டமின்றி இருந்தான். கழைநெல்லும் பலாக்கனியும் கிழங்கும் தேனும் குறைவறத் தந்தது அக்குன்றம்.

கபிலர் பரிகாசம்

பலநாள் முற்றுகையிட்டனர் பகைவேந்தர்; பறம்புக் கோட்டையின் திறங்கண்டு மனந்தளர்ந்தனர். அப்போது பாரியுடன் இருந்த கபிலர் என்ற கவிஞர் ஒரு பாட்டிசைத்தார். "மாநில மன்னரே! இம் மலையடி வாரத்தில் உள்ள மரந்தொறும் உமது மதயானையைக் கட்டினாலும், பரந்த வெளியெங்கும் தேர்ப்படையை நிரப்பினாலும் உம்மால் வெற்றி பெற முடியாது. பறம்பு மலையைப் பெறுதற்குரிய வழியை யான் அறிவேன். உங்கள்

---

2. "கொடுக்கி லாதானைப் பாரியே என்று கூறினும் கொடுப்பாரிலை" - சுந்தரமூர்த்தி தேவாரம், திருப்புகலூர்ப் பதிகம்.

வாளைக் கீழே போடுங்கள்; யாழைக் கையில் எடுத்து வாசியுங்கள்; இன்னிசை பாடுங்கள்; பாரியின் கோட்டை வாயில் திறக்கும்; அவன் நாடும் மலையும் உமக்கு நன்கொடையாகக் கிடைக்கும்" என்று ஏளனம் செய்தார் கவிஞர்.[3]

கன்னியர் கண்ணீர்

ஆள்வினையால் வெல்ல முடியாத பாரியைச் சூழ்வினையால் வஞ்சித்துக் கொன்றனர் வெஞ்சின வேந்தர். அப்போது அறம் வாடிற்று; ஆண்மை மாசுற்றது; பாரியின் பெண் மக்கள் இருவரும் தந்தையை இழந்து தமியராயினர்; நாடிழந்து நல்குரவெய்தினர்; தாம் பிறந்து வளர்ந்த பறம்பு மலையைக் கண்ணீர் நிறைந்த கண்களோடு கடைசிமுறை நோக்கி வறியராய் வெளியேறினர்.[4] பாரியின் ஆருயிர்த் தோழரான கபிலர் தம் அருந்துயரை அகத்தடக்கி அவர் கண்ணீரைத் துடைத்தார்; ஆறுதல் கூறினார்; அம் மங்கையர் இருவரையும் அழைத்துக்கொண்டு பாண்டி நாட்டின் எல்லையைக் கடந்தார்; பெண்ணைநாட்டை வந்தடைந்தார்.

கபிலர் முடிவு

அருளுருவாய பாரி இல்லாமையால் தமிழகம் கபிலருக்கு இருளகமாய்த் தோன்றிற்று. முடிவேந்தர் இழைத்த தீமை அவரால் மறக்க முடியவில்லை; பொறுக்க முடியவில்லை. பெண்ணையாற்றங்கரையில் பெருந்தீயை வளர்த்தார்; மும்முறை வலம் வந்து வணங்கினார்; பாரியின் பெண்ணை வாழ்த்தினார்; செந்தீப் பாய்ந்து உயிர் நீத்தார்.[5] பறம்புமலை யாண்ட பாரியும், புலனழுக்கற்ற புலவராகிய கபிலரும் நட்பின் நேர்மைக்குப் பெருஞ்சான்றாக விளங்கு கின்றனர்.

---

3. புறநானூறு, 109.

4. புறநானூறு, 112.

5. பாரி இறந்தபின் உயிர் வாழ விரும்பாத கபிலர் வடக்கிருந்து மாண்டார் என்று புறநானூறு கூறும் - 236.

கொல்லிமலைக் கோட்டை

சேலம் நாட்டிலே கொல்லி என்னும் மலையொன்றுண்டு. அது முன்னாளில் சேரகுல மன்னருக்கு உரியதாயிருந்தது. வளமார்ந்த அம் மலைச் சோலையில், எப்போதும் செந்தேன் துளிக்கும்; செழும்பலாப் பழுக்கும்; ஈசன் அருள் விளங்கும் அறைப்பள்ளியென்னும் திருக் கோயிலும், தீயவரை மருட்டியழிக்கும் தெய்வப் பாவையும் அம்மலையிலே உண்டு.

வில்லாளன் ஓரி

இத்தகைய கொல்லி மலையிலே குறுநில மன்னனாக வாழ்ந்தான் ஓரி என்று பெயர் பெற்ற வீரன். வில்லாண்மையில் அவன் நிகரற்றவன். முடிவேந்தரும் அவனுதவியை நாடினர். அமர்க்களங்களில் அவன் வில்லால் மடிந்த வீரர் எண்ணிறந்தவர். காற்றின் வேகமும், கனலின் வெம்மையும் வாய்ந்த அம்புமாரி பொழிந்த அவ் வில்லை "வல்வில்" என்று எல்லோரும் புகழ்ந்தனர்.

ஓரியின் வேட்டை

போர் ஒழிந்த காலத்தில், அவ்வீரன் வேட்டையாடிப் பொழுது போக்குவான். அவ் வேட்டைகளில் ஒன்று பாட்டில் அமையும் பேறு பெற்றது. ஒரு நாள் வல்வில் லெடுத்துத் தன்னந் தனியனாய்க் கொடிய விலங்குகள் திரியும் கொல்லிமலைக் காட்டினுள்ளே சென்றான் ஓரி. பெரிய யானையொன்று அவன் கண்ணெதிர்ப்பட்டது. உடனே வல்வில் வளைந்தது; அடுகணை எழுந்தது; வேழத்தின் தலையில் வேகமாய்ப் பாய்ந்து வெளிப்பட்டது; பின்னும் விசை குன்றாமல் சென்று குறுக்கிட்ட பெரும்புலியைக் கொன்றது; அதனையும் கடந்து ஒரு கலைமான் மீது பாய்ந்தது; மேலும் சென்று காட்டுப் பன்றியொன்றை வீட்டியது; அம்மட்டிலும் அமையாது, புற்றிலே இருந்த ஓர் உடும்பின்மேற் பாய்ந்து சினம் தீர்ந்தது.[6]

---

6. புறநானூறு, 152.

பாணர் வியப்பும் திகைப்பும்

அவ் வேட்டையைக் கண்டது ஒரு பாணர் கூட்டம்; வியப்பும் திகைப்பும் உற்றது; "கொல்லிமலையில் இப்படிக் கொலை புரிந்தவன் யாவன்?" என்று அறிந்துகொள்ள ஆசைப்பட்டது. "இவன் விளையாட்டின் பொருட்டு வேட்டையாடும் வீரனா? அன்றி விலைப்பொருட்டால் விலங்குகளைக் கொலை செய்யும் வேடனா?" என்று ஒருவரையொருவர் வினவி நின்றார்.

ஓரியின் தோற்றம்

அப்போது வில்லாளன் அவர் நின்ற பக்கம் திரும்பினான். அவனுடைய ஏற்றமும் தோற்றமும் அவர் கண்களைக் கவர்ந்தன. வண்ண மேனி; திண்ணிய தோள்; நறுஞ் சாந்தம் பூசிய பரந்த மார்பு; நெடிய கை; கொடிய வில்; கழல் அணிந்த கால்; ஏறு போன்ற நடை - இவற்றைக் கண்டனர் பாணர்; 'கொல்லிமலை யாளும் கொற்றவன் இவன்தானோ !' என்று எண்ணினர். 'கும்பிடப்போன தெய்வம் குறுக்கே வந்ததோ !' என்று வியந்து நின்றார்.

இசையரங்கு

அந்நிலையில் பாணரிடையே ஆர்வம் பெருகிற்று. முழவும் சிறுபறையும் முழங்கின. இசைத்தழும்பேறிய கைகள் தாளமிட்டன. பாணர் தலைவன் பண்ணொடு ஒரு வண்ணம் பாடினான். கொல்லிமலைச் சாரல் ஒரு நல்லிசை அரங்கமாயிற்று. இசைப் பாட்டை ஆர்வத்தோடு கேட்டு மனம் தழைத்தான், வில்லின் செல்வன். 'நல்லிசையாளும் கொல்லிக் கோவே' என்று எடுத்து இசைப்பாட்டைப் பாடி முடித்தான் பாணப் புலவன். தன் பெயரைக் கேட்ட நிலையில் நாணித் தலை கவிழ்ந்தான் வீரன்; பாடிய பாணர் பசி தீர, ஊன் கலந்த சோறும் உயர்ந்த மதுவும் அளித்தான்; நல்ல பொன்னும் மணியும் பரிசாகக் கொடுத்தான்.

ஓரியின் புகழ்

படைத்திறமும் கொடைத்திறமும் வாய்ந்த வல்வில் ஓரியைப் பாராட்டிப் பாடினார், வன்பரணர். அவரது பாட்டின் சுவையறிந்து மகிழ்ந்தது பழந்தமிழ் உலகம்.

செஞ்சிக் கோட்டை

திண்டிவனத்திற்கு மேற்கே உள்ளது செஞ்சிக் கோட்டை. அஃது இயற்கையான மலைக்கோட்டை. ஒன்றோடு ஒன்று இணைந்த மூன்று குன்றுகளால் அரண் செய்யப்பட்டுள்ள அக்கோட்டையின் சுற்றளவு ஏழு மைல் என்பர். அவற்றுள் உயர்ந்தது ராஜகிரி யென்னும் கொடுமுடி. செங்குத்தாக அறுநூறடி எழுந்து அண்ணாந்து நிற்பது அக்குன்றம். அங்குள்ள கோட்டைக்கு வாயில் ஒன்றே; மலையடிவாரத்திலிருந்து பெரும் பாறைகளின் இடையே நெளிந்து வளைந்து செல்லும் நடைபாதை அவ்வாயிலுக்கு எதிரேயுள்ள ஒரு பறம்பின் உச்சியிற் கொண்டு சேர்க்கும். அதற்கும் கோட்டை வாயிலுக்கும் இடையே அறுபதடி ஆழமும், இருபத்தைந்தடி அகலமும் உள்ள விடர் ஒன்று உள்ளது. அவ் விடரைக் கடந்து கோட்டை வாயிலை அடைவதற்கு மரப்பாலம் ஒன்றுண்டு. பகைவர் வரும்பொழுது பாலம் எடுக்கப்படும்; வாயில் அடைக்கப்படும்.

செஞ்சியில் நெல்லும் நீரும்

அருங் கோடையிலும் வற்றாத ஊற்று நீர் உடையது செஞ்சிமலைக் கோட்டை. உணவுப் பொருள்களை நிறைத்து வைத்தற்குக் களஞ்சியங்களும், வழிபாடு செய்வதற்குத் திருக்கோயிலும் அங்கே உண்டு. எனவே, பகைவர் பன்னாள் முற்றுகையிட்டாலும் கோட்டையிலுள்ளார்க்கு வாட்டமும் கோட்டமும் இல்லை. நெல்லும் நீரும் உடைய கோட்டையை வெல்லும் வகையின்றிச் செல்வர், படை யெடுத்த பகைவர்.

மராட்டியரும் மகமதியரும்

இத்தகைய மலைக்கோட்டைக்குச் செஞ்சியென்று பெயரிட்டவர் தமிழர். பழமையான செஞ்சியைப் புதுக்கி அரண் அமைத்தனர் விசயநகரப் பெருவேந்தர். பிற்காலத்தில் அக்கோட்டை மராட்டிய மன்னர்க்குத் தஞ்சம் அளித்தது. அதனைக் கைப்பற்றுதற்கு மகமதியப் பெரும்படை எட்டாண்டுகளாக முற்றுகையிட்டு முயன்றதென்று இந்திய

வரலாறு கூறும். செஞ்சியில் அரசாண்ட வீரதேசிங்கின் கதை வீட்டுக் கதையாக இன்றும் தமிழ் நாட்டில் வழங்குகின்றது.

நீர் அரண்

நீர் அரண்

நீரும் ஒரு சிறந்த அரணாகும். ஆழமான ஆறும் கடலும் சில கோட்டைகளின் இயற்கை அரணாக இன்றும் விளங்குகின்றன. தமிழ் நாட்டுக்குத் தென்பால் அமைந்த இலங்கை, கடல் சூழ்ந்த நாடு. பாரத நாட்டின்மேற் படை யெடுத்த பகையரசர் பலர் இலங்கையின்மேற் செல்லா தொழிந்ததற்குக் கடலரணும் ஒரு காரணமாகும்.

அகழி

இயற்கையான நீரரண் இல்லாத இடங்களில் செயற்கையான நீர் நிலைகளை அமைத்துக் கொள்ளுதல் வழக்கம். அவை அகழி எனப்படும். அகழியில்லாத நிலக் கோட்டை தமிழகத்திலே இல்லை. சில கோட்டைகளைச் சுற்றி அடுக்கடுக்காகப் பல அகழிகள் அமைத்தலும் உண்டு. ஆறு அகழிகளால் அரண் செய்யப்பட்ட கோட்டை யொன்று ஆறகழூர் என்று பெயர் பெற்றது. அக் கோட்டையை வாண குலத்தரசர் ஆண்டு வந்தார்.

கிடங்கு

கிடங்கு என்ற சொல்லும் அகழியைக் குறிக்கும். கிடங்கு சூழ்ந்த கோட்டையொன்று முன்னாளில் ஆர்க்காட்டு வட்டத்தில் இருந்தது. அது கிடங்கில் என்றே வழங்கிற்று. ஓவியர் குலத்தைச் சேர்ந்த குறுநில மன்னர்கள் நெடுங்காலம் அக் கோட்டையில் இருந்து அரசாண்டார் கள். அன்னார் ஆட்சியில் அமைந்த நாடு ஓய்மான் நாடு என்று பெயர் பெற்றது. இப்பொழுது தென் ஆர்க்காட்டு வட்டத்திலுள்ள திண்டிவனம் முதலிய ஊர்கள் அக்காலத்தில் ஓய்மானாட்டைச் சேர்ந்திருந்தன.

கிடங்கிற் கோமான்

ஒய்மான் குலத்தைச் சேர்ந்த தலைவர்களில் உயர்ந்த புகழ் வாய்ந்தவன் நல்லியக் கோடன். அவனுடைய படைத்திறமும் கொடைத்திறமும் சிறுபாணாற்றுப்படை என்னும் பழந்தமிழ்ப் பாட்டில் அமையும் பேறு பெற்றன. அப் பாட்டில் நல்லியக்கோடன் 'கிடங்கிற் கோமான்' என்று குறிக்கப்படுதலால் கிடங்கு சூழ்ந்த கோட்டை அவற்குரிய கடிநகராய் விளங்கிற்றென்று கொள்ளலாகும். திண்டிவனத்துக்கு அருகே கிடங்கல் என்ற சிற்றூர் உள்ளது. அதுவே பழைய கிடங்கிற் கோட்டையாகும். சிதைந்து அழிந்த அகழிகள் அதன் பழம் பெருமைக்குச் சான்று பகர்கின்றன.

காட்டரண்

காவற்காடு

மரமடர்ந்த அடவியும் கோட்டைக்குரிய அரணாகக் கருதப்பட்டது. அகழியின் புறத்தே நின்று காட்டரண் கோட்டையைப் பாதுகாக்கும். அரணாக நிற்கும் காட்டைக் காவற்காடு என்றும், கடிமிளை என்றும் கூறுவர்.

முள்ளூர்க் கோட்டை

மாற்றாரால் எளிதில் அழிக்க முடியாத காடே சிறந்த அரணாகும். முள்ளும் முரணும் உடைய காடு முன்னாளில் மிகச் சிறந்த அரணாகக் கொள்ளப்பட்டது. முள்மரக் காடு சூழ்ந்த மலையொன்று பழங்காலத்தில் ஒரு கோட்டையாக விளங்கிற்று. மழைவளமுடைய அம்மலையை "மையணி நெடுவரை" என்று பாடினார் ஒரு கவிஞர்.[7] முள்ளூர்மலை என வழங்கிய அக் குன்றில் மலையமான் கோட்டை கட்டி அரசாண்டான். முடிமன்னனாகிய பெருநற்கிள்ளியும் நாடிழந்த நிலையில் முள்ளூர்க் கோட்டையை

---

7. "பொய்யா நாவிற் கபிலன் பாடிய
மையணி நெடுவரை"
- நப்பசலையார் பாட்டு, புறநானூறு, 174.

நாடியடைந்தான் என்றால் அதன் பெருமைக்கு வேறு சான்றும் வேண்டுமோ?

வேலங்காடு

முள்மரங்களில் வன்மை சான்றது கருவேல். வட ஆர்க்காட்டில் கருவேலங்காட்டை அரணாகக் கொண் டிருந்தது ஒரு கோட்டை. அக் கோட்டையூர் வேலூர் என்று பேர் பெற்றது. அந்நாளில் வேலூரை அரண் செய்த காடு இப்போது அழிந்து நாடாய்விட்டது.

வட்டக்கோட்டை

ஆயினும் கருவேலங்காட்டை அரணாகவுடைய கோட்டை யொன்று இன்றும் கன்னியாகுமரியின் அருகே காணப்படுகிறது. வட்டக்கோட்டை யென்பது அதன் பெயர். குமரிக்கடல் அதன் ஒரு சார் அமைந்த அரண். கருவேலங்காடு மற்றொரு பால் உள்ளது. காட்டரணாகிய கருவேலங்காடு இன்றும் அழிவுறாமல் அங்கு நின்று காட்சி தருகின்றது.

புளியங்காடு

வேலங்காட்டைப் போலவே புளியங்காடும் ஒரு வல்லரணாகப் போற்றப்பட்டது. தென் ஆர்க்காட்டுக் கிடங்கிற் கோட்டையின் அரணாக நின்றது ஒரு புளியங்காடு; அது திண்டிவனம் என்னும் வட மொழிப் பெயர் பெற்றது. காலகதியில் கிடங்கிற் கோட்டை பாழடைந்தது. காவற்காடு நாடாயிற்று. இப்பொழுது திண்டிவனம் தென் ஆர்க்காட்டில் பெரியதோர் ஊராக விளங்குகின்றது.

கோட்டை மதில்

கோட்டைக்குரிய அங்கங்களிற் சிறந்தது மதில். இஞ்சி, எயில், ஆரை, புரிசை, நொச்சி முதலிய பழஞ்சொற்கள் கோட்டையின் மதிலைக் குறிப்பனவாகும்.

ஆயிரம் ஆண்டுகளுக்கு முன்னே, தஞ்சாவூர் சோழ நாட்டின் தலைநகரமாயிற்று. அங்கு இயற்கையான

மலையரண் இல்லாமையால் உயர்ந்த மதில்களை உண்டாக்கினர் சோழ மன்னர். அந் நகரை "இஞ்சி சூழ் தஞ்சை" என்று திருவிசைப்பா பாடிற்று.

எயில் என்பது மதிலின் பெயர். ஏழெயில் என்ற கோட்டை யொன்று அக் காலத்தில் இருந்தது. அதன் தலைவன் ஒரு குறுநில மன்னன். நலங்கிள்ளி என்னும் சோழன் அக் கோட்டையை முற்றுகையிட்டுக் கவர்ந்தான். ஏழு மதில்களால் அரண் செய்யப்பட்ட வலிய கோட்டையை எளிதாகப் பிடித்த நலங்கிள்ளியின் வீரத்தை வியந்து பாடினார் கோவூர் கிழார்.[8] இக் காலத்தில் ஏழு பொன் கோட்டையென வழங்கும் ஊரே பழைய ஏழெயில் என்பர்.

பேரெயில்

எயில் என்னும் பெயருடைய ஊர்களும் தமிழகத்தில் சில உண்டு. திருவாரூருக்கு அருகே பேரெயில் என்ற பெயருடைய ஊர் இருந்தது. அது பிற்காலத்தில் பேரெயிலூர் ஆயிற்று; இப்பொழுது பேரையூர் என வழங்குகின்றது. அவ்வூரைச் சார்ந்த பழம் புலவர் ஒருவர் 'பேரெயில் முறுவலார்' என்று பெயர் பெற்றார்.

கானப் பேரெயில்

பாண்டியநாட்டுக் கோட்டைகளில் மிகப் பழமை வாய்ந்தது கானப்பேரெயில். உயர்ந்த மதிலும், ஆழ்ந்த அகழியும், அடர்ந்த காடும் அதற்கு அரணாக அமைந்தன. வேங்கைமார்பன் என்ற வீரப் பெயருடைய குறுநில மன்னன் பழங்காலத்தில் அங்கு ஆட்சி புரிந்தான்.

உக்கிர பாண்டியன்

வேங்கை மார்பன் மறப்படை வீரன்; படைச் செருக்கால் பாண்டிய மன்னனையும் மதியாது இறுமாந்திருந்தான். அந்நாளில் மதுரையில் அரசு வீற்றிருந்த பாண்டியன் ஒரு பெரு வீரன். சோழ மன்னனும் சேரமானும் அவனுடைய சிறந்த நண்பர்கள். தமிழறிஞர்கள் அவனைச்

8. புறநானூறு, 33.

சுற்றமெனச் சூழ்ந்திருந்தார்கள். இவ்விதம் பல்லாற்றானும் புகழ்பெற்று விளங்கிய பாண்டியன் பகைவர்க்கு மிகக் கொடியவன். அவரைக் கண்ணின்றி ஒறுப்பவன்; ஆதலால் உக்கிரப் பெருவழுதி என்று பெயர் பெற்றான்.

உக்கிரனும் வேங்கையும்

வழுதிக்கும் வேங்கைக்கும் பகை மூண்டது. பாண்டிப் பெரும்படை எழுந்து கானக்கோட்டையை வளைத்தது; காவற்காட்டை அழித்தது; அகழியைத் தூர்த்தது; எயிலைத் தகர்த்தது. வேங்கைமார்பன் அஞ்சாது வீரப்போர் புரிந்தான். அந்திமாலை வந்தது. காரிருள் எங்கும் பரந்தது. கடல்மடை திறந்தாற் போன்று பாண்டியன் படை கானக் கோட்டையினுள்ளே பாய்ந்தது. வேங்கை மார்பன் மாறுகோலம் புனைந்து காட்டிற் புகுந்து மறைந்தான். பொழுது விடிந்ததும் பாண்டியன் கானக் கோட்டையைக் கைப்பற்றினான்; மீனக் கொடியை அதன்மீது நாட்டினான்; பெரும்புகழ் பெற்றான். 'கானப் பேரெயில் கடந்த உக்கிரப் பெருவழுதி' என்று தமிழுலகம் அவனைப் பாராட்டியது.[9]

கானப்பேர் - காளையார் கோயில்

கானப்பேர் என்ற மூதூர் இப்பொழுது காளையார் கோயில் என வழங்குகின்றது. ஊரின் பெயர் மாறினாலும் மண்ணின் வாசி மாறவில்லை. உக்கிர பாண்டியனை வேங்கை மார்பன் எதிர்த்தாற்போன்று, நூற்றைம்பது ஆண்டுகளுக்கு முன்னே ஆங்கிலப் படையைக் காளையார் கோயிலில் எதிர்த்தான் மருது பாண்டியன்.

மருது பாண்டியன்

பாஞ்சாலங்குறிச்சிப் பாளையக்காரனோடு ஆங்கிலப் படை போராடிக்கொண்டிருந்த காலத்தில் காளையார் கோயில் வட்டத்தில் மருதப்பன் என்ற பெயருடைய தலைவர் இருவர் தோன்றினர். அப்பெயர் மருது எனக் குறுகி வழங்கிற்று. தமையன், பெரிய மருது; தம்பி, சின்ன மருது. முன்னவன், வேட்டையில் வல்லவன்; கானக

---

9. புறநானூறு, 21.

வேட்டையே அவன் கருத்தை முற்றும் கவர்ந்தது. ஆதலால், நாடாளும் உரிமையைச் சின்ன மருது மேற்கொண்டான். காளையார் கோயிலுக்கு அருகேயுள்ள சிறுவயல் என்ற ஊரைத் தன் இருப்பிடமாகக் கொண்டான் மருது. அவ்வூரில் அரண்மனை எழுந்தது; குடிபடை குழுமின. சில ஆண்டுகளில் சிறுவயல் பல்லாற்றானும் சிறந்த ஊராயிற்று. தமிழ்ப் பாவலர் அவ்வூரை நாடிவந்தனர்; மருதப்பனைப் பாடிப் பரிசு பெற்றனர்; அவன் ஆட்சியில் அமைந்த காட்டின் வழியாக நள்ளிரவில் சென்றாலும் கள்ளர் பயம் இல்லை என்ற பேச்சு எங்கும் பரவியிருந்தது. இத்தகைய கட்டும் காவலும் உடைய தலைவனை மருது பாண்டியன் என்று நாட்டார் பாராட்டினார்கள்.

அவன் ஆட்சித் திறன்

மருதுபாண்டியன் மாளிகையில் விருந்தாளியாக இருந்த ஆங்கிலப் படைத்தலைவன் ஒருவன் அங்குக் கண்ட காட்சியை எழுதியுள்ளான். "சின்ன மருது காட்சிக்கு எளியவன்; கருணை வாய்ந்தவன். இந்நாட்டில் அவன் இட்டது சட்டம். ஆயினும், அவன் மாளிகையில் எவரும் தங்கு தடையின்றிச் செல்லலாம்; அவனைக் காணலாம். வந்தவர் எல்லாம் அவனை வாயார வாழ்த்தினர்" என்பது அப்படைத் தலைவன் வாய்மொழி. இவ்வாறு மருது பாண்டியனோடு உறவாடிய படைத்தலைவனே பின்பு அவன் பகைவனாயினான்.

பாஞ்சாலங்குறிச்சியில் ஆங்கிலப் படையை எதிர்த்த பாளையக்காரனோடு மருது பாண்டியன் உறவு பூண்டிருந்தான். அவ்விருவரும் வீரசுதந்தரம் வேண்டி நின்றார். பிறர் அடிபணிந்து வாழ்வதினும் அடியோடு மடிந்தொழிதல் நன்று என்று கருதிய மானவீரர் அவர்; ஆதலால், ஆங்கிலேயரது சீற்றத்திற்கு ஆளாயினர். ஆயினும் மருது பாண்டியனது வல்லரணாகிய காளையார் கோயிலை மாற்றார் எளிதில் கைப்பற்ற முடியவில்லை.

காளையார் கோட்டை

"நாற்பது மைல் சுற்றளவுள்ள நாட்டின் நடுவே அமைந்துள்ளது காளையார் கோட்டை. ஆடு மாடுகளைச் செல்வமாகவுடைய குடிகள் பல்லாயிரவர் அவ்வட்டத்தில் வாழ்கின்றனர். மாற்றார் படையெடுத்தால் அன்னவரிற் பன்னீராயிரவர் வேலும் வாளும், குத்துக்கோலும் துப்பாக்கியும் கொண்டு போர் செய்யப் புறப்படுவர்" என்று ஆங்கிலச் சேனாதிபதி கூறுகின்றான்.

பட்டாளமும் காவற்காடும்

சின்ன மருது வாழ்ந்த சிறுவயல்மீது ஆங்கிலப் பட்டாளம் சாடிற்று. அத் தலைவன் அப்பொழுது அங்கில்லை; மாற்றார் வந்து சேர்வதற்கு முன்னே குடிகள் தம் தம் வீட்டில் நெருப்பை வைத்தனர்; அடுத்திருந்த காட்டிற் புகுந்து மறைந்தனர். அப்பொழுது வீசிய நெடுங்காற்று அவர் இட்ட தீயை எங்கும் பரப்பிற்று. அந்தி மாலையில் அங்கு வந்து சேர்ந்த ஆங்கிலப் படையின் கண்ணெதிரே கரிந்த சுவரும், பொரிந்த கல்லும் காட்சி யளித்தன.

மருது பாண்டியர் முடிவு

அதைக் கடந்து காளையார் கோயிலைக் கைப்பற்றக் கருதியது ஆங்கிலப் படை. வழியிலே தடையாக நின்ற காட்டையழித்துப் படை செல்வதற்கு ஏற்ற பாதையமைக்க முற்பட்டார் பட்டாளத்தார். ஆறு மைல் தூரம் காட்டை வெட்டி விட்டால் காளையார் கோட்டையைக் காணலாம். ஆயினும், அக்காடு பட்டாளத்தின் வலிமையைப் பழித்து நின்றது. காட்டுப் போரில் நன்கு பழகிய மருதுபாண்டியன் படை பகைவர்க்கு எல்லையற்ற தொல்லை விளைத்தது. காட்டின் கடுமையும், மாற்றார் கொடுமையும் கண்டு ஆங்கிலப் படைவீரர் ஊக்கமிழந்தனர்; முப்பது நாள் முயன்றும் முன்னேற முடியாத நிலை கண்டு முணுமுணுத்தனர்; அம் முயற்சியைக் கைவிட்டுத் திரும்பினர்; பின்பு மறவர் குலத் தலைவன் ஒருவனை அவ் வட்டத்திற்குரியவன் என்று பட்டங் கட்டி அவனுதவியால்

மருதுபாண்டியர் இருவரையும் பிடித்துத் தூக்கு மரத்திலிட்டுக் கொன்றனர். ஆகவே, முன்னாளில் 'கானப்பேர்' எனப் பெயர் பெற்றிருந்த பாண்டி நாட்டுக் கோட்டை காளையார் கோட்டையாகச் சென்ற நூற்றாண்டு வரை நின்று நிலவிற்றென்பது நன்கு விளங்கும்.[10]

படை வீடு

படையெடுத்துச் செல்லும் தலைவன் தங்கியிருக்குமிடம் படைவீடு எனப்படும். அது, கட்டும் காவலும் உடையது. கங்கைக் கரையிலே சேரன் செங்குட்டுவன் தங்கியிருந்த படை வீடு அவன் பெருமைக்கேற்ற வகையில் அமைக்கப்பட்டிருந்தது என்பது சிலப்பதிகாரத்தால் விளங்குவதாகும்.

மணப் படை வீடு

இத்தகைய படை வீடுகளில் நெடுங்காலம் தலைவர்கள் சேனையோடு தங்கும்படி நேர்ந்தால் அவ்விடத்தில் அங்காடி முதலிய வசதிகள் உண்டாகும். நாளடைவில் அஃது ஓர் ஊராக நிலைபெறுதலும் உண்டு. பாண்டி நாட்டில் பொருனை யாற்றங் கரையில் படைவீடாகத் தோன்றிய இடம் இப்பொழுது மணப் படைவீடு என்ற ஊராயிருக்கின்றது.[11]

படை வீடு நகரம்

ஆர்க்காட்டு வட்டத்தில் முன்னாளில் ஒரு படை வீடு எழுந்தது. குறும்பர் கோமான் குலத்தாருடையது அவ் வீடு. குறும்பர் கோமான் சிறந்த வீரன். அவன் நிறுவிய படை வீட்டைச் சார்ந்து குடிபடை மிகுந்தது. நாளடைவில் அது விரிந்து பெருகி ஊராயிற்று. குறும்பர்கோன் ஆண்ட நாட்டிற்கு இதுவே தலைநகரமாகவும் அமைந்தது.

---

10. CaldWell's History of Tinnevelly, pp. 210-221

11. இப்பொழுது அவ்வூர் மணப்படை என வழங்கப்படும்

அந் நாளில் அந் நகரம் பதினாறு மைல் சுற்றளவுடையதாய், மாடகூடங்கள் நிறைந்ததாய்ப் பல்லாற்றானும் சிறப்புற்று விளங்கிற்று. அவ்விடம் இப்பொழுது பாழடைந்த காடாய்க் கிடக்கின்றது. அழிந்த கோட்டையின் அடிப்படை அதன் பழம் பெருமைக்குச் சான்றாக நிற்கின்றது.

நாசமுற்ற நகரம்

அந் நகரம் அழிவுற்றதைக் குறித்து வழங்கும் கதைகள் பலவாகும். குறும்பர் நாட்டைக் கொடுங்கோல் மன்னன் ஒருவன் அரசாண்டபோது மண்மாரி பெய்து படைவீட்டை அழித்த தென்பர் சிலர். கரிகால் வளவன் குறும்பர் நாட்டின்மேற் படையெடுத்து, படை வீட்டைத் தகர்த்தெறிந்து, குறும்பர் குலத்தை வேரறுத்தான் என்பர் வேறு சிலர். எவ்வாறாயினும் படைவீடு என்ற பெயர் அவ்வூருக்கு இன்றும் வழங்குகின்றது.

8. பெண்ணை நாட்டுப் பெருவீரர்

மலையமான் நாடு

தமிழ் நாட்டில் பெண்ணையாறு பாயும் நன்னாடு முன்னாளில் வண்மைக்கும் திண்மைக்கும் உறைவிடமாக விளங்கிற்று; அந் நாட்டின் ஒரு பாகத்தை நெடுங்காலம் மலையமான் என்னும் பட்டப் பெயருடைய சிற்றரசர் ஆண்டு வந்தனர். அதனால் அது மலையமான் நாடு என்றும், மலாடு என்றும் பெயர் பெற்றது. பெண்ணையாற்றின் தென்கரையில் உள்ள திருக்கோவலூர் அதன் தலைநகரம்.[1] வலிமை சான்ற முள்ளூர்க் கானம் அதன் கோட்டை.

காரியும் குதிரையும்

மலையமான் குலத்திலே தோன்றினான் காரி. அவன் நிகரற்ற குதிரை வீரன். அவன் குதிரைக்கும் காரி என்பது பெயர். அக் குதிரையின் திறமையால் பெரும் போர்களில் வெற்றி பெற்றான் காரி வீரன். அவன் உதவியை நாடினர் முடிமன்னர் மூவரும்.[2] போர்க்களத்தை நோக்கி அவன் குதிரையின்மேற் செல்லும்போது மண் நடுங்கும்; மாற்றார் மனம் ஒடுங்கும்.

ஓரியும் காரியும்

கொல்லிமலை வீரனாகிய ஓரிக்கும், மலையமான் காரிக்கும் இடையே நாளடைவில் கடும்பகை மூண்டது; இறுதியில் போர் நிகழ்ந்தது.[3] போர்க்களத்தில் ஓரியைக்

---

1. திருக்கோவலூர் இப்போது திருக்கோயிலூர் என வழங்கும்.

2. புறநானூறு, 122.

3. சிறுபாணாற்றுப்படை, 110 - 111.

கொன்றான் காரி; கொல்லிமலையைக் கைக் கொண்டான்; அதற்கு உரிமையுடைய சேரமானிடம் ஒப்புவித்தான். அன்று முதல் சேரமானும் மலையமானும் சிறந்த நண்பராயினர்.

உரிமை வேட்கை

வில்லாளருள் வல்லாளனாகிய ஓரியை முடித்த வீரன் என்று எல்லோரும் காரியைப் பாராட்டினார்கள். அப் புகழுரை கேட்டு மகிழ்ந்த காரி தன் நாட்டில் சுதந்தரத்தை நிலைநாட்ட விரும்பினான். அவன் முன்னோர் சோழ குல மன்னர்க்குத் திறை செலுத்தும் சிற்றரசராக வாழ்ந்திருந்தனர். முடிசூடி அரசாளும் உரிமை அவர்க்கு இருந்ததில்லை. அந்த நிலையை மாற்ற ஆசைப்பட்டான் காரி. மலையமான் நாடு தன்னரசு பெற்ற தனி நாடாதல் வேண்டும் என்பது அவன் வேட்கை. சிற்றரசர்களில் சிலர் அவன் கருத்தை ஆதரித்தனர். திருக்கோவலூரில் முடிசூடி அரசாளத் துணிந்தான் அவ்வீரன்.

முடிசூட்டு விழா

முடிசூட்டு விழாவிற்குரிய வேலைகள் முறையாக நடந்தன. திருக்கோவலூர் புத்துயிர் பெற்றாற்போல் பொலிவுற்றது. வீடுதோறும் சுதையின் விளக்கம்; வீடுதோறும் மங்கல முழக்கம்; மாடம் எங்கும் மணிக் கொடிகள்; மேடை எங்கும் ஆடல் பாடல். பெண்ணை யாற்றங்கரையில் அழகுற அமைந்த அரண்மனை கண்ணுக்கு இனிய காட்சியளித்தது. இன்னிசையாளர் ஒருபால்; நல்லிசை வீரர் ஒருபால்; குறுநில மன்னர் ஒருபால்; பெருநிலத் தலைவர் ஒருபால்; மயிலினம் போன்ற மங்கையர் ஒருபால். இவ்வாறு நல்லாரும் வல்லாரும் அணியணியாக அமர்ந்திருந்த மன்றத்தின் நடுவே நின்றது ஓர் அரியாசனம். அதன்மீது வீர சிங்கம்போல் வீற்றிருந்தான் மலையமான் காரி. மங்கல வாத்தியம் முழங்க, குலமாதர் குரவையிட, பாவலர் பல்லாண்டு பாட, குடிகளின் சார்பாகப் பெண்ணை நாட்டுப் பெரியார் ஒருவர் மலையமானுக்கு மணிமுடி சூட்டினார். அன்றுதொட்டு 'மலையமான் திருமுடிக்காரி' என்னும் சிறப்புப் பெயர் தாங்கி அவன் அரசு வீற்றிருந்தான்.

திருமுடிக்காரி

என்றும் வாடாத தமிழ்மாலை பெற்ற வள்ளல்களில் ஒருவன் திருமுடிக்காரி. பொய்யறியாக் கபிலர் அப்பெருந்தகையைப் புகழ்ந்து பாடினார். "கபிலர் பாடிய காரியை நாம் பாடுதல் எளிதோ" என்று கருத்தழிந்து நின்ற கவிஞர் பலர். அன்னவருள் ஒருவர் நப்பசலையார் என்னும் மெல்லியலார்.[4]

எனவே புலவர் பாடும் புகழுடையவன் திருமுடிக்காரி. பெண்ணை நாட்டுக்குப் பெருமையளித்தவன் திருமுடிக்காரி. வீர சுதந்தர வேட்கையின் சின்னமாக விளங்கியவன் திருமுடிக்காரி.[5]

வாணர்குல வீரம்

மகத நாடு

தமிழ் நாட்டில் வாணர் என்னும் பெயர்பெற்ற குறுநில மன்னர் நெடுங்காலம் வாழ்ந்திருந்தார்கள். பெண்ணையாறு பாயும் நடு நாட்டின் ஒரு பகுதி அவர் ஆட்சியில் அமைந்த நாடு. அதற்கு மகத நாடு என்ற மறு பெயரும் உண்டு. அதனால் வாணர்குல மன்னனை மாகதர்கோன் என்றும், மகதேசன் என்றும் தமிழ்ப் பாவலர் புகழ்ந்துரைப்பாராயினர்.[6]

வாணர்குலப் பெருமை

தமிழ் நாட்டு முடிவேந்தரும் பெண்கொள்ளும் பெருமை சான்றது வாணர் குலம். கிள்ளி வளவன் என்ற

---

4. *"புலன்அழுக் கற்ற அந்த ணாளன்*
இரந்துசெல் மாக்கட்கு இனியிடன் இன்றிப்
பரந்துஇசை நிற்கப் பாடினன்"
- நப்பசலையார் பாட்டு, புறநானூறு, 126

5. இவ் வரலாறு கனகசபைப் பிள்ளை எழுதிய கருத்தைத் தழுவியது. **The Tamils. Eighteen Hundred Years Ago, p. 103.**

6. பெருந்தொகை, 1158, 1159.

சோழ மன்னன் ஒரு வாணர்குல மங்கையை மணந்தான். 'சீர்த்தி' யென்னும் பெயருடைய அந் நல்லாள் "மாவலி மருமான் சீர்கெழு திருமகள்" என்று மணிமேகலைக் காவியத்திலே போற்றப்படுகின்றாள்.

ஆறைக் கோட்டை

வாணர்குல மன்னர் கோட்டை கட்டி அரசாண்ட இடம் ஆறகழூர் என வழங்கிற்று. ஆறை என்பது அதன் குறுக்கம். எனவே, ஆறைக்கோன் என்ற பெயரும் வாணர்குல மன்னனைக் குறிப்பதாயிற்று.[7]

பஞ்சநதி வாணன்

தமிழரின் ஆண்மைக்கு ஒரு சான்றாக விளங்கும் கலிங்கப் போரிலே கலந்துகொண்ட குறுநில மன்னருள் ஒருவன் வாணர் குலப் பெருமகன்.[8] அவன் தஞ்சைத் தலைவன்; பஞ்சநதி வாணன் என்னும் பெயரினன். காஞ்சி மாநகரினின்றும் கலிங்கத்தை நோக்கித் தமிழ்ச் சேனை எழுந்தபோது புலிக்கொடி தாங்கிய போர்க்களிற்றின்மீது படைத்தலைவன் - தொண்டைமான் - பெருமிதமாகச் சென்றான். அவனுக்குப் பின்னே பல்லவர் கோமான்; அவனுக்குப் பின்னே வாணர் கோமான். இவ்வாறாக நடந்தது தமிழ்ச் சேனை. எனவே, கலிங்க நாட்டில் தமிழர் பெற்ற வெற்றியில் பஞ்சநதி வாணனுக்கும் பங்குண்டு என்பது சொல்லாமலே விளங்குமன்றோ?

பாண்டிப் போர்

வாணர்குல வீரர் பெரும்பாலும் சோழ மன்னர் சார்பாகவே போர் புரிந்தார்கள். மூன்றாம் குலோத்துங்க சோழன் காலத்தில் பாண்டியிலே போர் மூண்டது. வீரபாண்டியன் சீறியெழுந்தான்; சிதறிக் கிடந்த மறப்படையைத் திரட்டினான்; சோழர் ஆதிக்கத்தை உதறி எறிந்தான்; வீர சுதந்தரம் பெறுவதற்கு வெம்போர் புரியத் துணிந்தான். குடமலை நாட்டுச் சேரன் ஒரு படையனுப்பிப்

---

7. பெருந்தொகை, 1185.

8. கலிங்கத்துப்பரணி, 365.

பாண்டியனை ஆதரித்தான். இவற்றையெல்லாம் ஒற்றர் வாயிலாக அறிந்தான் குலோத்துங்கன்; உடனே பாண்டி நாட்டின்மேற் படையெடுத்தான். கீழ்பால் உள்ள நெட்டூரில் இரு திறத்தாரும் எதிர்த்து நின்றார்கள். செருக்களம் செங்களமாயிற்று. பாண்டியன், முன்னணியில் நின்று கடும்போர் புரிந்தான்; வீரமொழியால் மறப்படையை ஊக்கினான். ஆயினும் அவன் சிறுபடை சலிப்புற்றுத் தளர்ந்தது. புலிக்கொடியின் முன்னே மீன் கொடி தாழ்ந்தது. பாண்டியன் மணிமுடி இழந்தான்; பட்டத்தரசியையும், படைகளையும் கைவிட்டு ஓட்டம் பிடித்தான். வீரமும், மானமும் விட்டு ஓடிய மன்னவன் தேவியைச் சோழன் சிறைப்பிடித்தான்; தன் வேளத்தில் வைத்தான்.[9]

பாணனுக்குப் பாண்டிநாடு

நெட்டூர்க்களத்தில் சோழன் பெற்ற வெற்றியின் புகழ் எட்டுத் திசையும் பரந்தது. வாகைமாலை சூடிய வேந்தனை யும் வீரரையும் இசைப்பாட்டில் ஏற்றினான் ஒரு பாணப் புலவன். அப்பாட்டைக் கேட்டான் குலோத்துங்கன்; ஆனந்தமுற்றான்; செவிக்குத் தேனெனப் பாணன் வார்த்த தெள்ளிய கவிதையை, "அருந் தமிழ் விருந்து" என்று புகழ்ந்தான். அருகே நின்ற அப் புலவனை நோக்கி, "உன் பாட்டுக்கு ஒரு நாட்டைப் பரிசளிக்க ஆசைப்படுகிறேன்; இப் பாண்டிநாடு இனி உனக்கே உரியது; தந்தேன்" என்றான்.[10] கவிக்குலம் களிப்புற்றுக் கூத்தாடிற்று. "நல்ல பாட்டுக்கு நாட்டைப் பரிசளித்தான் தமிழ் வேந்தன்" என்று பாராட்டினர் ஊரார் எல்லாம்.

பாணனது நாணம்

சோழன் பேசிய புகழுரை கேட்டு நாணினான் பாணப் புலவன். பாண்டி நாட்டின் அரசுரிமையை ஏற்றுக்கொள்ள

---

9. உயர் குல மாதர்க்குச் சோழர் அமைத்த சிறைக் கோட்டம் வேளம் என்னும் பெயர் பெற்றது.

10. "மதுரை கொண்ட தோள்வலி பாடிய பாணனைப் பாண்டியன் என்று பருமணிப் பட்டம் சூட்டினான்" என்று குலோத்துங்க சோழன் மெய்க்கீர்த்தி கூறுகின்றது.

அவன் மனம் இசையவில்லை. தமிழ்ப் பாட்டின் சுவையறிந்த சோழனைப் பணிந்து போற்றி, "அரசே, பண்ணோடு பழகும் இப் பாணனுக்கு மண்ணாளும் பதவி தகுமா? பைந்தமிழ் வழங்கும் பாண்டி நாட்டை நீயே பாதுகாத்துப் பல்லாண்டு வாழ்க" என்று வாழ்த்தி நின்றான்.

பாண்டிப் போரில் வாணகோவரசன்

பாண்டிநாட்டில் நிகழ்ந்த இப் போரில் சோழ மன்னர்க்குப் பேருதவி புரிந்தவன் ஒரு வாணகோவரசன். பாண்டியன் சேனையை முறியடித்த பெருமை அவனுக்கே சிறப்பாக உரியதாகும். போர்க்களம் பாடிப் புகழ் பெற்ற பாணப் புலவனை வாணகோவரசன் தன் தோழனாகக் கொண்டான்; போர் ஒழிந்த காலத்தில் அவனோடு ஆனந்தமாகப் பேசிப் பொழுது போக்கினான்.

வாணனும் பாணனும்

ஒரு நாள் இரவில் வாணன் மாறுகோலம் பூண்டு யாருமறியாது வெளிப்பட்டான்; பாணப் புலவனது வீட்டின் அருகே சென்றான். கதவு அடைத்திருந்தது. அதைத் தட்டினான் வாணன். உள்ளே இருந்த பாணன் கதவைத் திறவாமல், 'யார்?' என்று கேட்டான். அதற்கு வேறொரு பெயரைச் சொன்னான் வாணன். பெயர் மாறி இருந்தாலும் பேசிய குரல் மாறவில்லை. பாணன் சட்டென்றெழுந்து கதவைத் திறந்தான்; வெளியே நின்ற வாணனைக் கட்டித் தழுவிக் கொண்டு, " ஐயனே ! அருந்தமிழ் வாணனே ! அன்று படைத்திறத்தால் பாண்டியன் பேரை மாற்றினாய். என்றும் கொடைத் திறத்தால் கார்மேகத்தின் பேரை மாற்றினாய். இவ்வாறு பழகிய உனக்கு உன் பெயரை மாற்றுதல் அரிதோ?" என்று நயமுறப் பாடினான் பாணன்.[11]

வாணன் குறும்பு

பின்னொரு நாள் பாணன் வீட்டில் உலையேற வில்லை; அமுதுபடி இல்லையென்று அன்புள்ள மனையாள் அறிவித்தாள். வாணகோவரசனைக் கண்டாற் கலிதீரும்

11. பெருந்தொகை, 1188.

என்று சொல்லிப் புறப்பட்டான் பாணன் ! வாணன் வழக்கம்போல் நண்பனை அன்புடன் வரவேற்றான்; "உனது குறையை அறிந்து கொண்டேன்; இதோ வருகிறேன்" என்று வெளியே சென்றான். சிறிது நேரத்தில் வந்தது ஒரு யானை. வாணன் அதைப் பாணன் முன்னே நிறுத்தி ஏற்றுக் கொள்ளும்படி வேண்டினான். வாணன் "கிருது" உடனே பாணனுக்கு விளங்கிற்று. புன்னகை பூத்த அவன் முகத்தை நோக்கி, "அண்ணலே ! கலை வள்ளலே ! உலைக்குரிய பண்டம் நாடி உன்னிடம் வந்தேன். குறிப்பறியும் கொற்றவனாகிய நீ, கொலைக்குரிய இவ்விலங்கைக் கொடுத்தாயே ! வாணர் கோமானாகிய உனக்கு இந்தப் பாணனோடு என்ன பகை?" என்று வினயமாகப் பாடினான்.[12] அது கேட்டு இன்புற்ற வாணன் இனிய பரிசளித்துப் பாணன் கவலையைப் போக்கினான்.

ஏகம்பவாணன்

இத்தகைய வாணர்குலம் பல வீரரைத் தமிழகத்திற்குத் தந்தது. அவர்களுள் ஒருவன் ஏகம்பவாணன். தமிழ் மணங்கமழும் பாமாலையை அவர்க்குச் சூட்டி மகிழ்ந்தனர் செஞ்சொற் கவிஞர். "வாணன் புகழுரையாத வாய் உண்டோ? அவன் அடிபணிந்து நில்லாத அரசுண்டோ?" என்று வாயாரப் போற்றினார் ஒரு கவிஞர்.[13] வாழையடி வாழையென வளர்ந்தது அவ்வாணர் குலம்; வீரம் விளைத்தது; தமிழை வளர்த்தது; அழியாப் புகழ் பெற்றது.

---

12. "உலைக்குரிய பண்டம் உவந்திரக்கச் சென்றால்
கொலைக்குரிய வேழம் கொடுத்தான் - கலைக்குரிய
வாணர்கோன் ஆறை மகதேச னுக்கிந்தப்
பாணனோடு என்ன பகை."

- பெருந்தொகை, *1188.*

13. "வாணன் புகழ்எழுதா மார்புண்டோ மாகதர்கோன்
வாணன் புகழ்உரையா வாய்உண்டோ - வாணன்
கொடிதாங்கி நில்லாத கொம்புண்டோ உண்டோ
அடிதாங்கி நில்லா அரசு."

-பெருந்தொகை, *1181.*

9. தியாக வீரம்

தியாகத்தின் சிறப்பு

பிறர்பொருட்டு ஒருவன் தன்னலம் இழக்கும் தகைமையே தியாகம் ஆகும். தமிழகத்தில் என்றும் தியாகத்திற்குத் தனிப் பெருமையுண்டு. "தமக்கென வாழாப் பிறர்க்குரியாளர்" என்று அத்தகையாரைத் தமிழ்நாடு போற்றுகின்றது. அன்னார் இருத்தலாலே இவ் வுலகம் உள்ளது என்று பாடினான் ஒரு பாண்டியன்.[1]

குமணனும் இளங்குமணனும்

கொங்குநாட்டின் பெருமையெல்லாம் தன் பெருமை யாக்கிக்கொண்டான் ஒரு கொடைவீரன். அவன் முதிரம் என்னும் மலையை ஆண்ட குறுநில மன்னன். குமணன் என்னும் பெயருடைய அக் கோமகன், இரப்போர்க்கு இல்லை யென்று உரைக்கலாற்றாத இதயம் வாய்ந்தவன். அவனைத் தமிழகம் பாட்டாலும் உரையாலும் பாராட்டி மகிழ்ந்தது. அதனை அறிந்தான் அவன் தம்பியாகிய இளங்குமணன். அழுக்காறு அவன் மனத்தை அறுத்தது; "முன்னையோர் ஈட்டி வைத்த பணமும், முதிரமலையின் வளமும் கொள்ளை போகின்றனவே' என்று அவன் குமுறினான்; தமையனைக் கொல்வதற்குச் சூழ்ச்சி செய்யத் தொடங்கினான்.

---

1. "உண்டால் அம்மஇவ் வுலகம்........
   தமக்கென முயலா நோன்தாள்
   பிறர்க்கென முயலுநர் உண்மை யானே."

   - இளம் பெருவழுதி பாடியது. புறநானூறு, 182.

அரசு துறந்த குமணன்

தம்பியின் வஞ்ச மனத்தை அறிந்தான் குமணன். தன்னுயிரை அவன் பெரிதாகக் கருதவில்லை; தம்பி நினைத்ததை முடிப்பானாயில் பாவமும் பழியும் வந்து அவனைப் பற்றுமே என்று பரிவுற்றான்; அதற்கு இடங்கொடாது ஒரு நள்ளிரவில் எவரும் அறியாமல் மாளிகையை விட்டகன்றான்.

கொங்கு நாட்டில் பொங்கிய துயரம்

இரக்கமற்ற இளங்குமணன் அரசாளத் தலைப் பட்டான். குமணனை இழந்த முதிரமலைக் குடிகள் ஆறாத் துயரத்தில் ஆழ்ந்தார்கள்; தம்பியின் கொடுமையாலேயே தமையன் அரசு துறந்தான் என்று அறிந்து குமுறினார்கள். குடிகளின் மனப்பான்மையை இளங்குமணன் நன்கறிந்தான். அவன் மனத்தில் அமைதியில்லை. தமையன் உயிரோடிருக்கு மளவும் தன்னாட்சி நிலைபெறாது என்பதை அவன் உணர்ந்தான்; கடுமையான ஆணையொன்று பிறப்பித்தான்; "குமணன் தலையைக் கொய்து வருவார்க்குத் தக்க பரிசு கிடைக்கும்" என்று நாடெங்கும் பறையறைவித்தான்; அச் சொல் குடிகளின் செவியைச் சுட்டது. அவர் மனத்தை அறுத்தது. "குமணன் குலத்தில் இக் கொடும்பாவி பிறந்தானே" என்று அவர்கள் கண்ணீர் சொரிந்தார்கள். பிறந்த குடியின் பெருமையை அழித்து அதன் மணத்தை மாற்றிய பேதையை அமணன் என்று அழைத்தார்கள். முதிரமலையைப் புலிகிடந்த புதர் எனக் கருதி விலகினர் புலவர் எல்லாம்.

காடும் குமணனும்

நாடு துறந்த குமணன் தன்னந் தனியனாய்க் காட்டினுள்ளே புகுந்தான்; காயும் கனியும் அயின்றான்; கானகப் புல்லிலே துயின்றான்; வெம்மை நீத்த விலங்குகளோடு உறவு கொண்டு இன்புற்று வாழ்ந்தான்.

குமணனும் கவிஞரும்

அந்நிலையில் அவனைத் தேடிக் கண்டு கொண்டார் ஒரு புலவர்; 'கலி தீர்ந்தது' என்றெண்ணிக் கவி பாடத் தொடங்கினார்; "ஐயனே ! வறுமை நோய் என்னை வாட்டுகின்றது; பாடுபார்க்கும் மனையாள் உண்ண ஒரு பிடி சோறும் இன்றி வாடுகின்றாள். தாய்ப் பால் காணாத தனி இளம் பாலன் அழுது சோர்கின்றான். குழந்தை தாய் முகம் நோக்கினான்; தாய் என் முகம் நோக்கினாள்; யான் உன் முகம் நோக்கி வந்தடைந்தேன் ஐயா" என்று உருக்கமாக எடுத்துரைத்தார்.[2]

தலைக் கொடை

அவர் பாட்டைக் கேட்டபோது குமணனது உள்ளம் அனலிடைப்பட்ட மெழுகுபோல் உருகிற்று. அவன் கண்களில் கண்ணீர் பொங்கிற்று. வாடி நின்ற வறிஞனை நோக்கி,

"அந்தநாள் வந்திலை அருந்தமிழ்ப் புலவோய்
இந்தநாள் வந்துநீ நொந்தெனை அடைந்தாய்."

"உனது வறுமையை ஏழையேன் எவ்வாறு தீர்ப்பேன்" என்று தயங்கி நின்றான். அப்போது மின்னொளி போன்று அவனுள்ளத்தில் ஓர் எண்ணம் பிறந்தது; முகம் மலர்ந்தது. தன் உடைவாளை அவன் எடுத்தான்; புலவர் கையிலே கொடுத்தான். திகைத்து நின்ற அவ்வறிஞரை நோக்கி, "ஐயா ! இவ்வாளால் என் தலையை அரிந்து, என் தம்பியிடம் கொண்டு செல்க. இத் தலைக்கு அங்கே விலையுண்டு. தம்பி தரும் பொருளால் உமது வறுமை நோய் தீரும்" என்று பரிவுடன் கூறினான்.

தியாகத்தின் திறம்

அவ்வுரை கேட்ட புலவர் திடுக்கிட்டார்; நடுக்க முற்றார்; வெறி பிடித்தவர்போல் வாளும் கையுமாய் விரைந்து ஓடினார்; முதிரமலையில் இளங்குமணனைக்

---

2. புறநானூறு, 164.

கண்டார்; கல்லும் புல்லும் கரைந்துருகக் கதறினார்; "இளங்குமணா! உன் தமையனைக் காட்டிலே கண்டேன்; என் பாட்டைச் சொன்னேன். அவன் முகம் வாடிற்று; பின்பு மலர்ந்தது; இந்த வாளை எடுத்தான்; என் கையில் கொடுத்தான்; 'தலையை அறுத்து என் தம்பியிடம் கொண்டு செல்க' என்றான். ஐயோ! தன் தலையையும் கொடுத்துத் தமிழறிந்த இவ்வேழையை ஆதரிக்க இசைந்த வள்ளலை என்ன சொல்லி வாழ்த்துவேன்!" என்று குமணன் இருந்த திசை நோக்கித் தொழுதார்.[3]

தியாகத்தின் வெற்றி

அவர் பேசிய ஆர்வமொழியும், கையில் அமைந்த உடைவாளும் இளங்குமணனது உள்ளத்தை உருக்கி விட்டன. உடன்பிறப்பென்னும் பாசம், பகைமையை வென்றது. நேசத்தால் எழுந்த சோகம் நெஞ்சை அடைத்தது. உடனே அவன் அரியாசனத்தை விட்டெழுந்தான்; புலவரைத் துணைக்கொண்டு கானகம் புகுந்தான்; குமணனைக் கண்டு அடிபணிந்தான். பிழை பொறுக்குமாறு வேண்டினான்; முதிர மலைக்கு அழைத்துவந்து முன்போல அரசாள வைத்தான். குமணன் அளித்த தலைக்கொடை 'விழுமிய கொடை' என்று தமிழகம் இன்றளவும் கொண்டாடுகின்றது.

பாஞ்சால வீரர்

பாஞ்சாலங்குறிச்சி பாண்டி நாட்டுப் பாளையங் களுள் ஒன்று. அங்குப் பாளையக்காரனாய் விளங்கிய வீரன் கட்டப்பொம்மன். அவன் தம்பியும் ஒரு சிறந்த வீரன். அவன் மூங்கையனாதலால் ஊமைத் துரை யென்று பெயர் பெற்றான். பாஞ்சாலப் படைவீரருக்கு அவன் கண்கண்ட

3. புறநானூறு, 165. பெருந்தலைச் சாத்தனார் பாட்டு.

தெய்வம்; வெள்ளையரிடம் அவன் கொண்டிருந்த வெறுப்புக்கு ஓர் எல்லையில்லை.

ஊமைத்துரை

ஆங்கிலப் படையைத் துச்சமாகக் கருதினான் ஊமைத்துரை. அவன் ஐந்தாறு துரும்புகளை இடக்கையில் எடுத்து வைத்து அவற்றை வலக்கையால் அடித்து வாயால் ஊதிவிடுவானாம். அதன் கருத்து, ' ஆங்கிலத் துருப்புக்களை தாக்கிப் பறக்க அடிக்கவேண்டும்' என்பது. அவ் வாணையை உடனே பாஞ்சாலச் சேனை நிறைவேற்றப் புறப்படும்; எதிர்நின்ற ஆங்கிலப் பகைவரை அறைந்து நொறுக்கும்.

ஒரு போர்

ஒரு நாள் பாஞ்சாலப் படைக்கும் ஆங்கிலப் படைக்கும் கடுமையான போர் நிகழ்ந்தது. ஊமைத்துரை முன்னணியில் நின்று ஊக்கமாகப் பொருதான். அந்திமாலை வந்துற்றது. பாஞ்சாலப் படை பின்னிட்டது. அப்போது கதிரவன் மறைந்தான். வெற்றி பெற்ற வெள்ளையர் சேனை பாசறைக்குத் திரும்பிற்று.

ஒரு வீரத் தியாகம்

போர்க்களத்தின் அருகே ஒரு சிற்றூர் இருந்தது. அவ்வூர் மறவர் சிலர் பாஞ்சாலப் படையிற் சேர்ந்திருந் தார்கள். அவர் திரும்பி வரக் காணாமையால் கவலையுற்ற தாய்மார்கள் கைவிளக்கெடுத்துக் களத்தை நாடினர். நெடுநேரம் தேடிக் குற்றுயிராய்க் கிடந்த தன் மகனைக் கண்டாள் ஒரு தாய்; அவனை எடுத்து மடியிலே சாய்த்துத் தண்ணீர் தெளித்தாள். மைந்தன் கண் விழித்து நோக்கினான். அவனை வீட்டுக்கு எடுத்துச் செல்ல முயன்றாள் தாய்; அப்போது அவ்வீரன், " தாயே ! என்னை இங்கேயே விட்டு விடு ! அதோ, நம் துரை அடிபட்டுக் கிடக்கின்றார்; அவரை

எடுத்துச் சென்று காப்பாற்று. நம்மெல்லோருக்கும் நலம் உண்டு" என்று கைகூப்பித் தொழுதான்.[4]

தியாகத் தாயும் சேயும்

அது கேட்ட வீரத்தாய் முகமலர்ந்தாள்; ஊக்கமுற்று எழுந்தாள்; சிறிது தூரத்தில் ஊமைத்துரை குருதியாடிக் கிடக்கக் கண்டாள். தாய்மார் எல்லோரும் சேர்ந்து

Reminiscences of the Dumb Brother

4. "I have already" says General Welsh, "made mention, but I cannot close this account of horrors. Without a few words, in memory of one of the most extra-ordinary mortals I ever knew. A near relation of Kattabomma Nayaka, who was both deaf and dumb, was well known by the English under the appellation of dumby or dumb brother.

"On the 24th May when the fort was wrenched from them and the whole army were retreating, pursued by our cavalry, poor **Umai** fell covered with wounds, near a small village, about three miles from Panjalamkurichi. As soon as our troops had returned from the pursuit. Colonel Agnew instantly ordered the Ettiapureans to follow them till night, offering rewards for any men of consequence, dead or alive. Our allies, consequently set out with great glee, somewhat late in the evening; and in the meantime an appearance of quiet induced some women of the village to proceed to the field of carnage, in the hope of finding some of the sufferers capable of receiving succour. Amongst the heaps of slain, they discovered the son of one of the party still breathing, and after weeping over him they began to raise him up, when exerting his little remaining strength, he exclaimed, 'O ! Mother, let me die, but try to save the life of Swamy, who lies wounded near me.' The word he used fully justifies my assertion of their adoration, as its literal meaning is a deity. The woman, animated by the same feelings, immediately obeyed her dying son, and speedily found **Umai** weltering in his blood, but still alive; and these extraordinary matrons immediately lifted and carried him to the mother's house." - (History of Tinnevelly, Dr. Caldwell - p. 206.)

அவனைத் தூக்கியெடுத்து ஒரு குடிசையிற் கொண்டு சேர்த்தார்கள். இரவு முற்றும் கண்விழித்து மருந்து கொடுத்துப் பிழைக்க வைத்தார்கள். பொழுது விடிந்தது. “வீரத்தாய் போர்க்களம் சென்றாள்; தன் மைந்தன்-தியாக வீரன்-மடிந்து கிடக்கக் கண்டாள்; பெருமிதம் கொண்டாள். தன்னுயிரின் மேல் வைத்த பாசம் துறந்து, தலைவனுயிரைக் காப்பாற்ற விரும்பி, பெற்ற தாயை அன்பால் அனுப்பிய மைந்தனது தியாகம் பெரிதோ? அன்றிப் பிள்ளையெனும் தள்ளரிய பாசம் தவிர்த்து, அவனைப் போர்க்களத்தில் இறக்கவிட்டுத் தலைவனுயிரைக் காப்பாற்றிய தாயின் தியாகம் பெரிதோ?'' என்று வியந்து வினவினர் வீரரெல்லாம்.

ஆன்ம வீரம்

செம்மனம் உடையாரிடம் சிறந்ததோர் ஆற்றல் உண்டு. அது கண்ணுக்குப் புலனாவதில்லை. ஆயினும், அதற்கு மாறாக மன்னனது மறப்படையும் நிற்கமாட்டாது. ஆன்ம வீரம் என்பது அதுவே. அத்தகைய திறம் வாய்ந்தோர் பழந்தமிழ் நாட்டில் பலர் இருந்தனர். அவருள் ஒருவர் திருநாவுக்கரசர். மகேந்திரன் என்ற பல்லவ மன்னன் காலத்தில் வாழ்ந்த ஆன்ம வீரர் அவர். மத வேற்றுமை காரணமாக அவரை ஒறுக்கக் கருதினான், அம்மன்னன்; அவரைக் கொண்டு வரும்படி ஆணையிட்டான். அப் பணி தலைமேற்கொண்ட அமைச்சன் படைத்துணையோடு எழுந்தான்; திருநாவுக்கரசரிடம் போந்தான்; மன்னன் ஆணையைத் தெரிவித்தான். அப்போது அவரது ஆன்ம வீரம் பொங்கி எழுந்தது. “நாம் ஆர்க்கும் குடியல்லோம், நமனை அஞ்சோம்” என்ற வீரமொழி பிறந்தது.

வெம்மையை வென்ற செம்மை

அவர் அறைந்த மாற்றம் கேட்ட மன்னன் சீற்ற முற்றான்; வெம்மை சான்ற ஓர் யானையை ஏவி அவரைக்

கொல்லப் பணித்தான். அந்த யானை கூடத்தைக் குத்தி ஒரு குன்றமெனப் புறப்பட்டது. கொம்பன் தம்மை நோக்கி வரக் கண்டார் நாவரசர்; சிறிதும் அஞ்சினாரல்லர்; அயர்ந்தாரல்லர். வெஞ்சின வேழத்தை நோக்கி, "அஞ்சுவது யாதொன்றும் இல்லை; அஞ்ச வருவதும் இல்லை" என்று செஞ்சொற் பாமாலை பாடி நின்றார். வீறுடன் வந்த யானை அடங்கிற்று; ஆன்ம வீரரை வலம் வந்து வணங்கிற்று; வந்த வழியே திரும்பிப் போயிற்று. யானையின் வெம்மையைத் தமது மனச் செம்மையால் வென்றார் திருநாவுக்கரசர் என்று தமிழகம் வியந்து புகழ்ந்தது. அவர் பாடிய வீரப்பாட்டு எங்கும் விரைந்து பரவிற்று; தமிழ்நாட்டுக்குப் புத்துயிர் அளித்தது. மறப்படையை அறப்படையால் வெல்லலாகும் என்னும் கொள்கையைத் திருநாவுக்கரசர் தம் செய்கையால் மெய்ப்பித்தார்.

10. வீர விளையாட்டு

வீர விளையாட்டில் என்றும் விருப்பமுடையவர் தமிழர். வேட்டையாடல், மல்லாடல், ஏறுதழுவுதல் முதலிய விளையாட்டங்கள் மிகப் பழமை வாய்ந்தனவாகும். வேட்டையைத் தொழிலாகக் கொண்டவர் வேடர் என்றும், வேட்டுவர் என்றும் பெயர் பெற்றனர். மற்றும் வில்லாளராகிய பெருநில மன்னரும், குறுநில மன்னரும் பொழுதுபோக்காக வேட்டையாடினர். காவிரிக் கரையிலும், பாலாற்றங் கரையிலும் பரந்து நின்ற காடுகளில் வேட்டையாடப் புறப்பட்ட சோழமன்னன் கோலத்தைக் கலிங்கத்துப் பரணியிலே காணலாம். மல்லாட்டத்தில் வல்லவர் மல்லர் எனப்படுவர். அன்னார் முற்காலத்து மன்னரால் மதிக்கப்பெற்றனர். முல்லைநில மாந்தராகிய ஆயர், ஏறு தழுவும் விளையாட்டிற் சிறந்து விளங்கினர். இன்றும் தமிழ் நாட்டிற் சில பாகங்களில் சல்லிக்கட்டு என்னும் பெயரால் இவ் விளையாட்டு நடைபெறுகின்றது.

வேட்டையாடல்

தமிழ் நாட்டு மலைகளிலும் காடுகளிலும் பல வகையான விலங்குகள் உண்டு. அவற்றுள் உருவிலும் திருவிலும் உயர்ந்தது யானை. வீரம் உடையது வேங்கை. கடுமை வாய்ந்தது கரடி. கொழுமை சான்றது பன்றி. இவை பகற் பொழுதில் மரமடர்ந்த தூறுகளிலும் மலைக்குகை களிலும் மறைந்து வாழும்.

வேட்டை நெறி

வேட்டையாடச் செல்பவர் வாய்ப்பான இடங்களில் திண்ணிய கயிறு வலைகளைக் கட்டுவர்; மோப்பம் பிடிக்கும் வேட்டை நாய்களைக் கட்டவிழ்த்து விடுவர்; பறையறைந்து காட்டைக் கலைப்பர். அப்போது விலங்குகள் விழுந்தடித்து ஓடும். அவ்விதம் கலைந்தோடும் உயிர்களைக் கண்டபடி கொல்வதில்லை பண்டை வேடர். வேட்டை வெறியிலும் ஒரு நெறியுண்டு.[1] அவர் குட்டி விலங்குகளைக் கொல்ல மாட்டார்கள்; கருவுற்று வயிறலைத்து ஓடும் பெட்டை விலங்குகளை வதைக்க மாட்டார்கள்; இவற்றை விடுத்து வலிய விலங்குகளை வில்லால் எய்தும், வாளால் எறிந்தும் வீழ்த்துவர்.

காளத்தி வேடன்

தொண்டை நாட்டுக் காளத்தி மலைச்சாரலில் வேட்டையாடப் போந்தான் ஒரு வேடன். அவன் திண்ணிய மேனி வாய்ந்தவன்; திண்ணன் என்னும் பெயருடையவன்; இளமையிலேயே முறையாக விற்கலை பயின்றவன். வேடர் குலக் கொழுந்தாய் விளங்கிய திண்ணன், முதல் வேட்டைக்கு எழுந்தான். காட்டைக் கலைக்க முன்னே போந்த வேட்டுவர் பறையடித்தனர்; பம்பை முழக்கினர்; கை கொட்டினர்; வலை விரித்தனர்; விலங்கினம் வெருவி எழுந்தது; நாற்றிசையும் ஓடிற்று. களிறும் கலையும், வேங்கையும் கரடியும் வேடர் அம்பால் அடிபட்டு விழுந்தன.

---

1. "வெடிபடவிரி சிறுகுருளைகள்
மிசைபடுகொலை விரவார்
அடிதளர்வுறு கருவுடையன
அணைவுறுபிணை அலையார்
கொடியெனஎதிர் முடுகியும்உறு
கொலைபுரிசிலை மறவோர்."

- திருத்தொண்டர் புராணம், கண்ணப்பர், 36.

அப்பொழுது கொழுத்த பன்றியொன்று கதித்தெழுந்தது; கட்டிய வலையைக் கிழித்தது; காட்டிலும் மேட்டிலும் கடிது சென்றது.

கண்ணப்பன்

அப் பன்றியைத் தொடர்ந்து ஓடினான் திண்ணன் அவன் தோழர்களான காடனும் நாணனும் பின் தொடர்ந்தார்கள். வெகுண்டு எழுந்த வேட்டை நாய்களைத் திமிறி வேகமாகச் சென்றது அப்பன்றி. அது சென்ற இடமெல்லாம் தொடர்ந்து சென்றான் திண்ணன். நெடுந்தூரம் போந்து இளைத்துக் களைத்து ஒரு சோலையிலே நின்றது அவ் விலங்கு. திண்ணன் அதை வில்லால் எய்து கொல்ல விரும்பினானில்லை. அஞ்சாது அதன் அருகே போந்தான்; உடைவாளால் வெட்டினான். பன்றியின் உடல் இரு துண்டாகித் தரையில் விழுந்தது. திண்ணனுக்குப் பின்னே எய்த்து இளைத்து ஓடிவந்த காடனும் நாணனும் அக் காட்சியைக் கண்டு வியந்து, "ஆடவன் கொன்றான் அச்சோ" என்று அகமகிழ்ந்து ஆரவாரித்தனர். இவ்வாறு கன்னி வேட்டையாடிய திண்ணனே காளத்தியப்பனைக் கண்டு, உளங்கசிந்துருகி, அன்பு செய்து கண்ணப்பன் ஆயினான். வேடர் பெருமானாகிய திண்ணன் செம்மையைத் தேவாரம் புகழ்ந்து பாடிற்று.

மல்லாடல்

உறந்தை மல்லன்

காவிரிக் கரையிலுள்ள உறையூர் ஒரு காலத்தில் சோழ நாட்டின் தலைநகரமாகச் சிறந்திருந்தது. உறந்தை என்று அவ்வூரைப் புகழ்ந்து பாடினர் கவிஞர். உறந்தையில் அரசாண்ட சோழர் குலத்தின் பெருமைக்கு அடிப்படை கோலியவன் தித்தன் என்ற வேளிர் தலைவன். அவன் சிற்றரசன் ஒருவனை வென்று உறந்தையைக் கைப் பற்றினான்; கோட்டை கொத்தளங்களை வலுப்

படுத்தினான்.[2] அவன் வழியில் வந்தவர் உறையூர்ச் சோழர் என்று பெயர் பெற்றனர். தித்தன் மகன் நற்கிள்ளி என்னும் பெயரினன். அவன் அழகமைந்த மேனியன்; மல்லாடலில் வல்லவன். அவன் வீரத் தோள்களைக் கண்டு வியந்து மகிழ்ந்தாள் நக்கண்ணை என்ற நங்கை; அவன் ஆண்மையைப் புகழ்ந்து அழகிய கவியும் பாடினாள்.

ஆமூர் மல்லன்

தித்தனுக்கும் அவன் மகனுக்கும் இடையே மனக் கசப்பு உண்டாயிற்று. தலைநகரை விட்டு மைந்தனை வெளியேற்றினான் தந்தை. அரசாளப் பிறந்த நற்கிள்ளி ஆண்டிபோல ஊர் ஊராக அலைந்தான். ஆயினும் அவன் மனத்திண்மை உலைந்ததில்லை; ஆண்மை குன்றியதில்லை. அப்போது ஆமூர் என்ற ஊரில் ஒரு மல்லன் இருந்தான். அவன் வலிமை சான்றவன். பலருடன் மல்லாடி வென்று செருக்கும் தருக்கும் உள்ளவன்; அவன் நாடிழந்த நற்கிள்ளியை வென்று பீடு பெறக் கருதினான்; மல்லாட அறைகூவி அழைத்தான்.

மல்லாடிய மாட்சி

மல்லர் இருவரும் குறியிடம் புகுந்தனர். பல்லாயிரவர் ஆண்களும் பெண்களும் அக்களத்தைச் சூழ்ந்து நின்றார். மற்போர் தொடங்கிற்று. கண்ணிமையாமல் அக்காட்சியைக் கண்டு நின்றவர் அவர் பிடியும் அடியும் கண்டு பெருவியப் புற்றார். அப்போது இடியுண்ட மரம்போல் தரையிடை விழுந்தான் ஒருவன். மற்றவன் அவன் மார்பின்மீது மண்டியாக ஒரு காலை வைத்து அழுத்தினான்; தலையும் காலும் நெரிய வளைத்தான்; உயிரை உடலினின்றும் பிரித்தான்; ஏறுபோல் நடந்து செருக்களத்தினின்று வெறியேறினான். அவன்தான் அரசிளங்குமரன் நற்கிள்ளி. சுற்றி நின்றவர் ஆரவாரித்தார்; ' ஊரிழந்தானாயினும் கிள்ளி

---

2. "நொச்சி வேலித் தித்தன் உறந்தை."

- அகநானூறு, 122.

வீறிழந்தான் அல்லன்' என்று வியந்து புகழ்ந்தார். 'இக்காட்சியைத் தித்தன் காணும் பேறு பெற்றானில்லையே,' என்று பரிவுற்றார்.[3]

ஏறு தழுவுதல்

வீறுடைய ஏறு

முல்லை நிலத்தில் வளமான புல்லுண்டு. அதனை வயிறார மேய்ந்து மாடுகள் அழகிய மேனி பெற்று விளங்கும். அந் நிலத்தில் வாழும் ஆயர்க்கு அவைகளே அரும்பெருஞ் செல்வம். மாடுகளில் ஆண்மையுடையது எருது. அதனை ஏறு என்றும், காளை என்றும் கூறுவர். வீறுடைய ஏறுகள் கடும் புலியையும் நேர் நின்று தாக்கும்; வலிய கொம்புகளால் அதன் உடலைப் பீறிக் கொல்லும். இத்தன்மை வாய்ந்த எருதுகளைக் கொல்லேறு என்றும், மாக்காளை என்றும் தமிழ் நாட்டார் போற்றுவர்.

காளையும் காளையும்

மஞ்செனத் திரண்ட மேனி வாய்ந்த மாக்காளை களைக் கண்டு ஆயர் குலத்து இளைஞர் அஞ்சுவதில்லை; அவற்றின் கொட்டத்தை அடக்க மார்தட்டி நிற்பர். ஏறுகோள்[4] என்பது அவர்க்குகந்த வீர விளையாட்டு. அக் காட்சி நிகழும் களத்தைச் சுற்றி ஆடவரும் பெண்டிரும் ஆர்வத்தோடு நிற்பர். செல்வச் சிறுவர் உயர்ந்த பரண்களில் அமர்ந்திருப்பர். ஏறுகளுடன் போராடுவதற்கு மிடுக்குடைய இளைஞர்கள் ஆடையை இறுக்கிக் கட்டி முறுக்காக நிற்பர். அப்போது முரசு அதிரும். பம்பை முழங்கும். கொழுமையுற்ற காளைகள் தொழுவிலிருந்து ஒவ்வொன்றாக வெளிப்படும். களத்திலுள்ள கூட்டத்தைக் கண்டு கனைத்து ஓடிவரும் ஒரு காளை; கலைந்து பாயும் ஒரு காளை; தலை நிமிர்ந்து, திமில் அசைத்து, எதிரியின் வரவு நோக்கி நிற்கும் ஒரு காளை.

---

3. *புறநானூறு, 80.*

4. *ஏறுகோள் = ஏறு தழுவுதல்.*
- தொல்காப்பியம், பொருள், 53 உரை.

அவற்றின்மீது மண்டுவர் ஆயர்குல மைந்தர். கொம்பிலே உள்ளது காளையின் தெம்பு என்றறிந்து அதனையே குறிக்கொண்டு செல்வர். வசமாகப் பிடி கிடைத்தால் காளையின் விசையடங்கும்; வீறு ஒடுங்கும்; ஏறு சோர்ந்து விழும்.

ஏறுகோள்

காளையின் கொம்பைப் பிடித்தல் ஆண்மை, வாலைப் பிடித்தல் தாழ்மை என்பது தமிழர் கொள்கை. வாலைப் பிடித்தவன் காளையின் காலால் உதைபட்டு மண்ணிடை வீழ்வான். ஆதலால் கொம்பைவிட்டு வாலைப் பற்றுதல் கோழையின் செயல்; தோல்வியின் அறிகுறி. காளைப் போரில் வெற்றி பெற்ற இளைஞரை ஆயர் குலம் வியந்து நோக்கும்; இள நங்கையர் கண்கள் நயந்து பார்க்கும்.

ஏறுடன் போராட முனைவோர் எல்லாம் வெற்றி பெறுவதில்லை. கொம்பை நாடிச் சென்ற இடத்தில் தீங்கு விளைதலும் உண்டு. பிடி தப்பினால் அடிபட்டு விழுவர். எக்கசக்கமாய் அகப்படாமல் இடர்ப்படுவர்; காளையின் கொம்புகளால் குத்துண்டு குடலறுந்து குருதி வடிப்பர். இங்ஙனம் ஈனமுற்ற இளைஞர் நிலை கண்டு ஆயர் வருந்துவர்; ஆர்வமொழிகளால் அவர் துயரத்தை ஆற்றித் தேற்றுவர். வெற்றி பெற்ற காளையும் வீழ்ந்த இளைஞரருகே வெம்மை நீத்து வாடி நிற்கும். பேராண்மையின் அணியாகிய ஏறாண்மை கண்டு ஆயர்குல வீரர் அகங்களிப்பர்.

விலங்கு விளையாட்டு

யானைப் போர்

வீர விளையாட்டில் விருப்புற்ற தமிழர் உள்ளம் விலங்குப் போர்களிலும் வேட்கையுற்றது. மதயானைகள் ஒன்றோடு ஒன்று போரிடக் கண்டு மகிழ்ந்தனர் தமிழ் மன்னரும் செல்வரும். கருமலை போன்ற களிறுகள் பெருமிதமாகக் குறியிடம் போந்து பிளிறும்; வீர வெறி கொண்டு ஓடும்; சாடும்; நெடுங்கரத்தால் அடிக்கும்;

கொம்புகளால் இடிக்கும். இக் காட்சியை மாளிகை மேடையில் இருந்து கண்டு இன்புறுவர் காவலர். குன்றேறி நின்று யானைப்போர் காணும் செய்கையைக் குறித்துள்ளார் திருவள்ளுவர்.[5] அரசர் வாழும் தலைநகரங்களில் ஆனைப்போர் காண்பதற்கெனத் தனி மாடங்கள் அமைத்தலும் உண்டு. அத்தகைய மாளிகையில் ஒன்று மதுரை மாநகரில் வைகையாற்றின் வட கரையில் இன்றும் காணப்படும். அந் நகரில் அரசாண்ட நாயக்கமன்னர் யானைப்போர் விளையாட்டுக் காண்பதற்காக அமைத்தது அவ் வசந்த மாளிகை. தமக்கம் என்னும் பெயர் வாய்ந்த அம்மாடம் இப்பொழுது மதுரை மாவட்டக் கலெக்டரின் குடியிருப்பாக விளங்குகின்றது.[6]

ஆட்டுப் போர்

இந் நாளிலும் நாட்டு மாந்தர் விருப்புடன் கண்டு களிப்பது ஆட்டுப் போர். ஆட்டுக் கடாக்களைப் போட்டிக்காகவே வளர்ப்பர் சிலர். அவற்றைப் பொருதகர் என்பர் திருவள்ளுவர்.

> "ஊக்க முடையான் ஒடுக்கம் பொருதகர்
> தாக்கற்குப் பேரும் தகைத்து"

என்பது அவர் அருளிய திருக்குறள். போரிடும் ஆடுகள் ஒன்றையொன்று உருத்து நோக்கும்; எழுந்து தாக்கும்; பின் வாங்கும்; முன்னேறும்; கதித்துப் பாயும்; குதித்து முட்டும்; விலக்கினாலும் விடாது வெம்போர் விளைக்கும்.

சேவற் போர்

பறவையினத்திலும் போர் உண்டு. கொழுமையான கோழிகள் செய்யும் போரும், கடுமையான காடைகள் புரியும் போரும் கண்டு மகிழ்ந்தனர் பண்டைத் தமிழர்.

---

5. "குன்றேறி யானைப்போர் கண்டற்றால்"
- திருக்குறள் 758.

6. ஆராய்ச்சித் தொகுதி - மு. இராகவையங்கார், ப. 298.

இன்றும் தமிழ் நாட்டில் பல விடங்களில் சேவற்போர் நிகழ்ந்துவருகின்றது. "கறுப்புறு மனமும், கண்ணிற் சிவப்புறு சூட்டும் காட்டிச்" சேவல்கள் செய்யும் சண்டையைப் புகழ்ந்து பாடினார் கம்பர். கத்தியும் முள்ளும் காலிற் கட்டிச் சேவல்களைப் போரிடச் செய்தலும் உண்டு. பாய்ந்தும் படிந்தும் அவை ஒன்றையொன்று அடிக்கும் பான்மையைக் கண்டு மாந்தர் ஊக்க முறுவர். சோழ நாட்டின் பழைய தலைநகராகிய உறந்தையில் வீரக் கோழிகள் சிறந்திருந்தமையால் கோழியூர் என்ற பெயர் அதற்கு அமைந்தது என்பர்.

11. வீர மாதர்

வீரத் தாய்

தமிழ் நாட்டில் பெண்களும் மனத்திண்மை உடையவராய் விளங்கினார்கள்; தன் மக்கள் வீரப்புகழ் பெறல் வேண்டும் என்று ஆசைப்பட்டார்கள். போர்க்களத்தில் உயிர் கொடுத்துப் புகழ் கொண்ட மைந்தர் செயல் கண்டு அவரைப் பெற்ற போதிலும் பெருமகிழ்வுற்ற வீரத் தாயர் பலர் தமிழ் நாட்டில் இருந்தனர்.

வாளெடுத்த தாய்

வயது முதிர்ந்து, வற்றி உலர்ந்து, தள்ளாத நிலையில் இருந்தாள் ஒரு தாய். அவள் மகன் போர் புரியச் சென்றான். அவன் வெற்றி பெற்று வருவான் என்று எண்ணி எண்ணி, அவள் உள்ளம் தழைத்திருந்தாள். நாள்தோறும் மாலைப் பொழுதில் தன் வீட்டுத் திண்ணையில் அமர்ந்து, ஒளியிழந்த கண்களால் அவன் வரும் வழியை நோக்கியிருந்தாள். ஒரு நாள் அவள் அடிவயிற்றில் இடி விழுந்தாற்போல், "உன் மகன் பகைவருக்குப் புறங்கொடுத்து ஓடினான்" என்று சிலர் சொல்லக் கேட்டாள்; உடனே வீராவேசமுற்று எழுந்தாள்; வீட்டினுள்ளே ஓடினாள்; ஓர் அரிவாளை எடுத்தாள்; அதனைக் கையிற் பிடித்துக்கொண்டு போர்க்களத்தை நோக்கிப் புறப்பட்டாள்; "என் மகன் பேடியாய்ப் புறங்காட்டி ஓடியது உண்மையாயின் அவனுக்குப் பாலூட்டிய மார்பை இவ்வாளால் அறுத்திடுவேன்" என்று மனங்கொதித்துக் கூறினாள்; போர்க்களத்தில் பிணங்களினூடே செல்லும்பொழுது தலை வேறு, உடல் வேறாய்க் கிடந்த தன் மைந்தனைக் கண்டாள்; அவ்வுருவத்தைச்

சேர்த்தெடுத்து அணைத்தாள்; ஆனந்தம் உற்றாள்; மகனைப் பெற்றபோது அடைந்த இன்பத்தினும் அப்போது பெரியதோர் இன்பமுற்றாள்.[1]

ஆடவரும் ஆண்மையும்

ஆடவர் என்று பெயர் படைத்தார் எல்லாம் ஆண்மை யுடையரா யிருத்தல் வேண்டும் என்பது பண்டைத் தமிழர் கருத்து. 'பிள்ளையைப் பெற்று வளர்த்தல் நற்றாயின் கடமை; சீலனாக்குதல் தந்தையின் கடமை. வாள் எடுத்து வீசி, வலிய யானையைக் கொன்று வருதல் அப் பிள்ளையின் கடமை' என்று பாடினார் பொன்முடியார் என்னும் புலமை சான்ற தமிழ் வீரத்தாய்.[2]

களிறெறிந்த காளை

நால்வகைப் படையும் உருத்துநின்று போர் புரியும் செருக்களத்தில் ஆண் யானைகளை அடித்து வீழ்த்துதல் வீரத்துள் வீரமாக மதிக்கப்பட்டது. "கைவேல் களிற்றொடு போக்கி வருபவன், மெய்வேல் பறியா நகும்" என்றார் திருவள்ளுவர்.[3] ஒரு வீரன் வீறிட்ட ஆனையின்மீது தன் வேலை விட்டெறிந்தான். அஃது அடிபட்டு விழுந்தது. அப்பொழுது மற்றொரு யானை அவனைத் தாக்க வந்தது. இன்னொரு வேல் கிடைத்தால் இந்த யானையையும் முடித்திடலாமே என்று அங்குமிங்கும் பார்த்தான். அந் நிலையில் அவன் மார்பில் தைத்திருந்த வேல் ஒன்றைக் கண்டான். அதுவரையும் போர் வெறியில் தன் மேனியிற் பாய்ந்திருந்த வேலையும் அறியாதிருந்த வீரன், அதை ஆர்வத்தோடு பறித்து இழுத்தான்; வேழத்தைக் கொல்ல ஒரு வேல் கிடைத்ததே என்று மகிழ்ந்தான்.

---

1. புறநானூறு, 278.
2. புறநானூறு, 312.
3. திருக்குறள், 774.

ஒரு தாய் பெற்ற இன்பம்

போர்க்களத்தில் யானையுடன் பொருது உயிரிழந்த வீரரும் பெரும் புகழ் பெற்றார்கள். நெடுங்காலம் பிள்ளையில்லா ஒரு மாது முதுமைப் பருவத்தில் ஒரு புதல்வனைப் பெற்றாள். மலடி பெற்ற மகன் என்று ஊரார் மறைவாகப் பேசினர். அம் மகன் காளைப்பருவம் எய்தியபொழுது தாயின் தலை கொக்கிறகு போல் வெளுத்தது. அந் நிலையில் நாட்டிலே ஒரு போர் மூண்டது. போர்க்களம் செல்ல ஆசைப்பட்டான் மைந்தன். தன் முதுமையும் கருதாது, அவன் அருமையும் பாராது உடனே ஆசி கூறி அனுப்பினாள் அத் தாய். அமர்க்களத்தில் ஒரு யானையோடு போர் செய்தான் அவ் வீரன்; அவ் விலங்கைக் குத்திக் கொன்றான்; அந்தக் களத்தில் தானும் விழுந்து மடிந்தான். அச் செய்தியைக் கேட்டாள் தாய்; பிறவிப் பயனைப் பெற்றவள்போல் பேரின்பம் உற்றாள்.

> "களிறெறிந்து பட்டனன் என்னும் உவகை
> ஈன்ற ஞான்றினும் பெரிதே"[4]

என்று அவ் வீரத் தாயைப் புகழ்ந்தார் ஒரு புலவர்.

வயிற்றை அறுத்த வீரத்தாய்

இத்தகைய இன்பம் கிட்டாதவள் மற்றொரு தாய். அவள் மகனும் போர்க்களம் போந்தான். ஆனால், பகைவரை வென்றானல்லன். ஒரு யானையின் மீது வேற்படையை வீசினான். அவ் யானை விழுந்து படவில்லை; வேலோடு ஓடிவிட்டது. அப்போது வெறுங் கையனாய்த் திரும்பினான் மைந்தன்; வீடு வந்து சேர்ந்தான். போர்க்களத்தில் நிகழ்ந்ததை அறிந்தாள் அவன் தாய்; மிக வருந்தினாள்; 'இதுவரை இவ்வாறு யானையைப் போகவிட்டுப் புறங்காட்டித் திரும்பியவன் என் குடியில் யாருமில்லை. என்றுமில்லாத வசை இன்று உன்னால் வந்தடைந்ததே!'

---

4. புறநானூறு, 277.

"எம்இல் செய்யாப் பெரும்பழி செய்த
கல்லாக் காளையை ஈன்ற வயிறே"[5]

என்று மனம் நொந்து, "இவனைப் பெற்ற பாழும் வயிற்றைப் பீறி எறிவேன்" என்று சீறி எழுந்தாள். மான வீரம் அவள் பேச்சில் மணக்கின்றதன்றோ?

வீரப் புலி

ஒரு சிற்றூரில் குடிசையில் வாழ்ந்தாள் மற்றொரு மாது. அவளைக் காண வந்தாள் ஓர் இள நங்கை. "தாயே! தள்ளாத வயதில் இக்குடிசையில் தன்னந்தனியாக இருக்கின்றாயே. உன் மகன் எங்கே?" என்று கேட்டாள். "அம்மா, என் மகன் எங்கே போனானோ நான் அறியேன். புலியிருந்த குகை போல் அவனைப் பெற்ற வயிறு இது. இங்குக் காணாவிட்டாலும் அவனைப் போர்க்களத்திலே காணலாம்" என்றாள் வீரத் தாய்.[6]

வீர உள்ளம்

ஓர் ஊரிலே கடும்போர் நடந்தது. வீட்டுக்கொரு வீரன் போர்க்களம் போந்தான். மாதர், விருப்புடன் ஆடவரை வழி அனுப்பினர். ஒரு மாது, முதல் நாள் நடந்த போரில் தமையனை இழந்தாள்; மறுநாள் நடந்த போரில் கணவனை இழந்தாள். பின்னும் போர் நின்ற பாடில்லை. குடும்பத்தில் சிறு பையன் ஒருவனே எஞ்சி நின்றான். காலையில் போர்ப் பறை முழங்கிற்று; வீரரைப் போர்க்களத்திற்கு அழைத்தது; அது கேட்டு எழுந்தாள் அம் மாது. இருநாளிலும் போர் புரிந்து இறந்து பட்ட தமையனையும் தலைவனையும் நினைந்து அவள் தயங்கவில்லை; அருமைப் பிள்ளையை அன்போடு அழைத்தாள்; வெண்மையான ஆடையை உடுத்தாள்; தலையைச் சீவி முடித்தாள்; வேலை எடுத்துக் கையிலே கொடுத்தாள்; போர்க்களத்தை நோக்கி அவனை விடுத்தாள்.[7]

---

5. புறத்திரட்டு, 1460 (சென்னைப் பல்கலைக் கழகப் பதிப்பு)

6. புறநானூறு, 86.

7. புறநானூறு, 279.

"என்னே அவள் வீர நெஞ்சம்!" என்று தமிழகம் வியந்து நின்றது.

வீர மாபத்தினி

இல்லறமே நல்லறம் எனக்கொண்ட தமிழ்நாட்டில் எண்ணிறந்த பத்தினிப் பெண்டிர் வாழ்ந்தனர். ஆயினும் கற்பென்னும் திண்மையால் வீரம் விளைத்த மாதர் ஒரு சிலரே. அன்னவருள் தலைமை சான்றவள் கண்ணகி.

கண்ணகியின் பெருமை

சோழவள நாட்டிலே பிறந்தாள் அம் மங்கை; பாண்டி நாட்டிலே கற்பின் ஆற்றலைக் காட்டினாள்; சேர நாட்டிலே தெய்வீகமுற்றாள். எனவே, அவள் மூன்று தமிழ் நாட்டிற்கும் உரியவள். அவள் பிறந்தமையால் தமிழகம் பெருமையுற்றது.

மதுரையிற் கொடுமை

மதுரை மாநகரில் நெடுஞ்செழியன் என்னும் பாண்டியன் அரசு வீற்றிருந்தான். கண்ணகியும் அவள் கணவனாகிய கோவலனும் அந் நகரை அடைந்தார்கள். மனையாளது மணிச் சிலம்பை விற்றுவரக் கடைத்தெருவிற் சென்றான் கோவலன். அரண்மனைச் சிலம்பைக் களவாடினான் என்று குற்றம் சாற்றிக் காவலாளர் அவனைக் கொன்றுவிட்டார்கள்.

கண்ணகியின் சீற்றம்

அச் செய்தியை அறிந்தாள் கண்ணகி; பொறுக்க லாற்றாது பொங்கி எழுந்தாள்; விழுந்தாள்; பொருமி அழுதாள். அப்போது அவள் உள்ளத்தில் ஓர் ஊக்கம் பிறந்தது; கற்பின் வீரம் கனன்று எழுந்தது; விண்ணிலே விளங்கிய கதிரவனை நோக்கி, "ஏ, காய் கதிர்ச் செல்வனே! கள்வனோ என் கணவன்?" என்று அவள் கதறினாள்; கோவலன் கொலையுண்ட இடத்தை நோக்கி ஓடினாள்; குருதி வெள்ளத்திற் கிடந்த கணவனைக் கண்டாள்; அவன் மேனியில் விழுந்து கல்லும் கரையக் கண்ணீர் சொரிந்து அழுதாள்.

கண்ணகியும் பாண்டியனும்

"கொடுங்கோல் மன்னன் ஆளும் இந் நாட்டில் அறம் உண்டா? முறையுண்டா? ஆண்டவன் உண்டா?" என்று அவள் அலறினாள்; தன் கணவன் குற்றமற்றவன் என்பதை உலகறியக் காட்ட விரும்பினாள்; மன்னன் மாளிகையை நோக்கி நடந்தாள். அரியாசனத்தில் தன் அரசியோடு அமர்ந்திருந்தான் பாண்டியன். அவன் முன்னே மாசடைந்த மெய்யளாய், மணிச் சிலம்பேந்திய கையளாய் நின்று கண்ணீர் வடித்தாள் கண்ணகி. அக் கோலத்தைக் கண்டு திடுக்கிட்டான் பாண்டியன். அவள் வடித்த கண்ணீர் அவனுள்ளத்தை அறுத்தது.

கலக்கமுற்ற காவலன் முன்னின்று கண்ணகி வழக்குரைத்தாள்; கோவலன் கள்வனல்லன் என்று ஐயந்திரிபற நிறுவினாள். அவள் சொல்லைக் கேட்ட பாண்டியன் சோர்வுற்றான். அவன் வெண்குடை தாழ்ந்தது; செங்கோல் தளர்ந்தது. அவன் அரியணையினின்று மயங்கி விழுந்தான்; உயிர் துறந்தான். இவற்றையெல்லாம் கண்ணுற்ற பாண்டிமாதேவி நடுங்கினாள்; கண்ணகியின் துயரத்தைக் கண்டு துடித்தாள்; அவளடிகளில் விழுந்து தொழுதாள்; ஆவி துறந்தாள்.

வீரக் கற்பு

மன்னனும் மாதேவியும் மடிந்த பின்னரும் கண்ணகியின் சீற்றம் மாறவில்லை. கெட்டவர் நிறைந்த மதுரை மாநகரையும் சுட்டெரிக்கக் கருதினாள் கண்ணகி; அந் நகரின் நடுவே நின்று,

> "பட்டாங்கு யானும்ஓர் பத்தினியே யாமாகில்
> ஒட்டேன் அரசோடு ஒழிப்பேன் மதுரையையும்"

என்று வஞ்சினம் கூறினாள். மதுரையம்பதியிலே தீப்பற்றிக் கொண்டது. தீயவர் உறைந்த இடமெல்லாம் தீப்பட்டு ஒழிந்தது. வருந்திய மனத்தளாய்க் கண்ணகி அவ்விடத்தை விட்டகன்றாள்.

12. வீரக்கல்

வீரரை வியந்து போற்றிய நாடு தமிழ்நாடு. போர் முனையில் விழுப்புண் பட்டு விழுந்தவர்க்கும், கடும்புலியைத் தாக்கி வென்ற காளையர்க்கும், இன்னோரன்ன வீரம் விளைத்தவர்க்கும் வீரக்கல் நாட்டிச் சிறப்புச் செய்தனர் தமிழ்நாட்டார்.

நடுகல்

வீரருக்கு நாட்டுதற்கேற்ற கல்லை முதலில் தேர்ந்தெடுப்பர்; எடுத்த கல்லைப் புனித நீராட்டுவர்; வீரனுடைய பீடும் பேரும் அதில் எழுதுவர்; உரிய இடத்தில் அதனை நாட்டுவர்; மாலையும் மயிற் பீலியும் சூட்டுவர். இவ்வாறு நட்ட கல்லைத் தெய்வமாகக் கொண்டு வணங்குதலும் உண்டு.[1]

பத்தினிக் கோயில்

மதுரை மாநகரில் கற்பென்னும் திண்மையால் வீரம் விளைத்தாள் கண்ணகி. அப்பெருமாட்டியை "மாபெரும் பத்தினி" என்றும், "வீர பத்தினி" என்றும் வியந்து புகழ்ந்தது தமிழுலகம்.[2] சேர நாட்டை யாண்ட செங்குட்டுவன் என்னும் வீர மன்னன் அதையறிந்து விம்மிதமுற்றான்;

---

1. "காட்சி கால்கோள் நீர்ப்படை நடுகல்
சீர்த்தகு சிறப்பிற் பெரும்படை வாழ்த்தல்"
- தொல்காப்பியம்: புறத்திணை 5.

2. "ஆரஞர் உற்ற வீரபத்தினி"- சிலப்பதிகாரம் : பதிகம், 24.

வீரருக்குரிய சிறப்புக்களை அக் கற்பரசிக்குச் செய்ய முற்பட்டான்;[3] மலைகளில் உயர்ந்த இமய மலையிற் சிலையெடுத்தான்; நதிகளிற் சிறந்த கங்கையில் நீராட்டினான்; பத்தினியின் வடிவத்தை அச்சிலையில் வடித்தான்; வஞ்சி மாநகரில் கட்டிய கோட்டத்தில் அப் படிமத்தை நிறுவினான். பத்தினிக் கோட்டம் என்று பெயர் பெற்ற அந் நிலையம் கற்புக் கோயிலாகக் காட்சியளித்தது.

உறந்தைச் சோழன்

உள்ளத்தில் உறைத்தெழுந்த உயரிய கொள்கையால் உண்ணாவிரதம் பூண்டு உயிர் துறந்த உரவோரும் ஆன்ம வீரராகத் தமிழ்நாட்டிற் போற்றப்பட்டார்கள். அன்னவருள் ஒருவன் கோப்பெருஞ் சோழன். உறந்தை என்னும் தலைநகரில் சிறந்து விளங்கினான் அம் மன்னன். சான்றோர் பலர் அவன் நண்பராக அமைந்தனர்.[4]

உண்ணா நோன்பு

செல்வமும் வீரமும் சீலமும் உடையவனாயினும் தன் மக்களின் தொல்லையால் அவன் மனம் மிக்க துன்பம் அடைந்தது. தன் கருத்துக்கு மாறாக நடந்த மக்களை ஒறுத்துத் திருத்தலாம் என்றெண்ணினான் அவன்; ஆனால்,

> "ஒறுத்தார்க்கு ஒருநாளை இன்பம் பொறுத்தார்க்குப்
> பொன்றும் துணையும் புகழ்"

என்ற பொய்யா மொழியை நினைந்து சீற்றம் தீர்ந்தான்; உலக வாழ்வை வெறுத்தான்; உறந்தையை விட்டு அகன்றான்; வடக்கு நோக்கி நடந்தான்; ஓர் ஆற்றின் இடைக் குறையில் அமர்ந்தான்; உண்ணா நோன்பிருந்தான்.

---

3. தொல்காப்பியம் கூறுமாறே காட்சி, கால்கோள், நீர்ப்படை, நடுகல், வாழ்த்து என்பன சிலப்பதிகாரத்தில் ஐந்து காதைகளாக அமைந்துள்ளன.

- வஞ்சிக்காண்டம், காதை. 25-29

4. புறநானூறு, 218.

அவன் வீரத்தோள் மெலிந்தது; பொன்னிற மேனி பொலிவிழந்தது. பசிப்பிணியைப் பொறுத்துப் புன்னகை பூத்த முகத்தினனாய் விளங்கிய புரவலன் நிலை கண்டு மனம் உருகினர் சான்றோர். சில நாளில் அவன் நல்லுயிர் உடலை விட்டுப் பிரிந்தது.[5] அப்போது உடனிருந்த அன்பர்கள் அந்த ஆன்ம வீரனுக்குக் கல் நாட்டினர்; கண்ணீர் வடித்தனர்; கல்லிலே நின்ற காவலனைத் தமிழ்ச் சொல்மாலை அணிந்து போற்றினர். அந் நடுகல்லைக் கண்டார் ஒரு கவிஞர்; அடக்க முடியாத துயரத்தால் வாய்விட்டு அரற்றினார். "ஐயோ, நடுகல் ஆயினான் நல்லரசன்! கவிஞரை ஆதரித்த காவலன்! கூத்தரைக் கொண்டாடிய கொற்றவன்! அறநெறி வழுவாத புரவலன்! ஆன்றோரிடம் அன்பு வாய்ந்தவன்! மெல்லியலாரிடம் மென்மையுடையவன்! வல்லியலாரிடம் வன்மையுடையவன்! அறவோர்க்குப் புகலிடம்! இத்தகைய மேதையின் உயிரைக் கவர்ந்தானே கண்ணற்ற கூற்றுவன்! மாசற்ற புலவீர்! அவனை ஏசுவோம், வாரீர்!" என்று தம் ஆற்றாமையை அறிவித்தார் கவிஞர்.[6]

வேங்கையைக் கொன்ற வீரன்

ஆயிரம் ஆண்டுகளுக்கு முன்னே பாலாற்றங்கரையில் ஒரு பெரும்புலியைக் கொன்ற வீரன் இன்றும் கல்லிலே நின்று காட்சி தருகின்றான். தலையிற் குட்டையும், இடையில் ஆடையும் கட்டிய ஆண் மகன் புலியோடு போர்

---

5. "...........................இமயத்துக்
கோடுயர்ந் தன்ன தம்மிசை நட்டுத்
தீதில் யாக்கையொடு மாய்தல் தவத்தலையே"
- கோப்பெருஞ்சோழன் பாட்டு - புறநானூறு, 214.

6. "வைகம் வம்மோ வாய்மொழிப் புலவீர்
நனந்தலை உலகம் அரந்தை தூங்கக்
கெடுவில் நல்லிசை சூடி
நடுகல் ஆயினன் புரவலன் எனவே."
- பொத்தியார் பாட்டு : புறநானூறு, 221.

செய்யும் பான்மையில் அமைந்துள்ளது அவ் வடிவம். புலி, முன்னங் கால்களைத் தூக்கி அவனைத் தாக்குகின்றது; இடக் கையைப் பற்றிக் கடிக்கின்றது; அந்த நிலையில் அவனது வலக்கையில் அமைந்த வாள் அதன் வயிற்றினூடே பாய்கின்றது. இவ்வாறு வாளாண்மையால் வேங்கையைக் கொன்ற வீரனுக்கு வீரக்கல் நாட்டினர் தமிழர்.[7]

ஆநிரை மீட்ட வீரர்

இன்னும், வட ஆர்க்காட்டில் உள்ள ஆம்பூரில் அகளங்கன் என்பவன் ஒரு தலைவனாக விளங்கினான். ஒரு நாள் நுளம்பைப் பல்லவர் படை ஆம்பூரிற் புகுந்தது; பசு நிரைகளைக் கவர்ந்தது. அதைக் கண்டனர் இருவர். ஒருவன் அகளங்கன் மைந்தன்; இன்னொருவன் அவன் மருகன். இருவரும் போந்து மாற்றாரைத் தடுத்தனர்; வெம்போர் தொடுத்தனர்; பசுக்களை மீட்டனர்; ஆயினும் போர் முனையில் விழுந்து பட்டனர். உயிர் கொடுத்துப் புகழ் கொண்ட இருவரும் வீரக்கல்லில் இன்றும் விளங்குகின்றார்கள். வலக்கையில் வாளும், இடக்கையில் வில்லும் கொண்டு போர் புரியும்போது, மாற்றார் விடுத்த அம்புகள் அவர் மார்பில் பாயும் பான்மையைக் காட்டுகிறது அக் கல்.[8] இத்தகைய நடுகல் நூற்றுக்கணக்காகத் தமிழகத்தில் உண்டு.

வள்ளுவர் காட்டும் வீரக்கல்

வீரக்கல்லின் மாட்சியை ஒரு நாடகக் காட்சியாகக் காட்டினார் திருவள்ளுவர். ஒரு போர்க்களம், இரு திறத்தார் படையும் அணிவகுத்து நிற்கின்றது. அப்பொழுது முன்னணியில் உள்ள ஒரு வீரன் சற்று முன்னே வந்து, "மாற்றாரே!" என்று இடிபோல் முழங்குகின்றான். எல்லாக் கண்களும் அவனையே நோக்குகின்றன; எல்லாச் செவிகளும் அவன்பால் திரும்புகின்றன. அப்போது அவன் பேசுகின்றான்; "போர் புரியப் போந்த வீரரே! உமக்குக்

7. EP. Ind, Vol, IV., P. 179.
8. Ep. Ind. Vol, IV., P. 180.

காலில் நிற்க விருப்பமா? கல்லில் நிற்க விருப்பமா? காலில் நிற்க விரும்பினால் என் தலைவன் முன்னே நில்லாதீர்! இதற்கு முன் அவன் எதிர் நின்றோர் எல்லாம் இன்று கல்லிலே நிற்கின்றார்கள். ஆதலால் போர்க்களத்தை விட்டு ஓடுங்கள்" என்று உறுதியாகப் பேசுகின்றான். அவன் பேச்சின் பொருள் என்ன? "உயிரோடிருக்க ஆசைப் பட்டால் என் தலைவனை எதிர்க்க வேண்டாம். போரில் அடிபட்டு, உயிர் விட்டு, வீரக் கல்லில் நிற்க ஆசைப்பட்டால் படைக்கலம் எடுக்கலாம்; போர் தொடுக்கலாம்" என்பது அவன் கருத்து.[9] எனவே, புகழே உயிரினும் பெரிதெனக் கருதிய தமிழ் வீரர் எந்நாளும் படைக்குப் பிந்தியவரல்லர் என்பதும், அன்னாரைத் தமிழகம் போற்றிப் புகழ்ந்து வழிபட்டது என்பதும் நடுகல்லால் நன்கு விளங்கும்.

9. "என்ஐமுன் நில்லன்மின் தெவ்விர்; பலர்என்ஐ
முன்நின்று கல்நின் றவர்"
- திருக்குறள், 771.

13. வீர விருதுகள்

வீரம் - மனத்திண்மை

போர்க்களத்தில் வெற்றி பெறுதற்குப் புயத்திண்மை மட்டும் போதாது; மனத்திண்மையும் வேண்டும். "வினைத் திட்பம் என்பது ஒருவன் மனத்திட்பம்" என்பது வள்ளுவர் வாய்மொழி. மனத்திட்பமற்றவர் கோழைகள்; பேடிகள். 'புலியடிக்கு முன்னே பேடியைக் கிலியடிக்கும்' என்பது இந் நாட்டுப் பழமொழி.

ஏனாதிப் பட்டம்

மனத்திட்பமுடைய படைத் தலைவரைத் தமிழ் மன்னர் சிறப்பித்தனர்; ஏனாதிப் பட்டமளித்துப் பாராட்டினர். அப் பட்டத்தின் சின்னம் ஓர் அழகிய மோதிரம். அதனை அரசன் கையால் அணியப்பெற்ற படைத்தலைவர் பெருமதிப்புக்கு உரியவராயினர்;

" ....போர்க்கெல்லாம்
தானாதி யாகிய தார்வேந்தன் மோதிரம்சேர்
ஏனாதிப் பட்டத் திவன்"[1]

என்று நாட்டார் ஏத்தும் நலம் பெற்றனர். சோழ மன்னரால் ஏனாதிப் பட்டம் வழங்கப் பெற்றவர் சோழிய ஏனாதி என்று சிறப்பிக்கப்பட்டார்கள். அன்னவருள் சிலர் பெருமையைப் பழங் கவிதையிற் காணலாம்.

திருக்கிள்ளி

திருக்கிள்ளி என்பவன் சோழிய ஏனாதிகளில் ஒருவன். அவன் சிறந்த போர்வீரன்; எப்பொழுதும் முன்னணியில்

---

1. பெருந்தொகை, 455.

நின்று மாற்றாரைத் தாக்கும் மதுகையாளன். அவன் முகத்திலும் மெய்யிலும் கரடுமுரடான தழும்பு நிறைந்திருந்தது. அதனைப் பார்த்துப் பார்த்து அவ்வீரன் பெருமிதமுற்றான்; வீரப் புகழின் சின்னமாகக் கருதி விம்மிதமுற்றான்.

மாடலன் புகழுரை

திருக்கிள்ளியைக் கண்டு பரிசு பெறச் சென்றான் மாடலன் என்ற கவிஞன்; விழுப்புண்பட்ட திருமேனியை வியந்து நோக்கினான். ஒவ்வொரு தழும்பின் வரலாற்றையும் அக் கவிஞனிடம் எடுத்துரைத்தான் வீரன். அது கேட்ட மாடலன் திருக்கிள்ளியின் பெருமையைத் தெள்ளிதின் உணர்ந்தான்; 'ஏனாதி நாதனே! உன் மேனி கண்ணுக்கினியதன்று; ஆயினும் உன் புகழ் செவிக்கு இனிது. உன் முன்னே புறங்காட்டி ஓடிய பகைவரோ காட்சிக்கு இனியர்; ஆனால், மாட்சியற்றவர்" என்று மகிழ்ந்து பாடினான்.[2]

குட்டுவன்

குட்டுவன் என்பவன் மற்றொரு சோழிய ஏனாதி. அவனையும் புகழ்ந்து பாடினான் மாடலன். அப்போது குட்டுவன் முக மலர்ந்தான்; ஒரு யானையைத் தருவித்துப் பரிசளித்தான்; அவ்விலங்கைக் கண்டு அஞ்சிய மாடலன் மெல்லப் பின்வாங்கினான் "கொடுத்த பரிசு போதாது போலும்!" என்று எண்ணி அதனினும் பெரியதோர் யானையை வருவித்துக் கொடுத்தான் குட்டுவன். அந் நிலையில் அவன் கொடைத் திறத்தினை இகழ்வது போலப் புகழ்ந்து பாடினான் மாடலன்; "வயிறு காயும் புலவருக்கு இவன் களிறு தருவான். பசித்து வரும் கவிஞர்க்குப் பகடளிப்பான். ஆதலால் அறிஞரே! இவன் நாட்டை அணுகாதீர்" என்று நயம்பட உரைத்து நல்ல பரிசு பெற்றுச் சென்றான்.[3]

---

2. புறநானூறு, 167.

3. புறநானூறு, 394.

பாண்டிய ஏனாதி

மதுரை மாநகரில் மாறன் சடையன் என்ற பாண்டியன் அரசாண்டபோது எட்டி என்னும் வீரன் ஏனாதிப்பட்டம் பெற்று விளங்கினான். மாறனுக்கும் சேரனுக்கும் இடையே பகை மூண்டது. மலை நாட்டின்மீது படையெடுத்தான் மாறன். பாண்டிய ஏனாதி படைத் தலைமை பூண்டான்; மலைநாட்டு மன்னனது அருவியூர்க் கோட்டையை முற்றுகையிட்டான். பாண்டிப் பெரும்படை கோட்டையின் அகழியைத் தூர்த்தது; மதிலை இடித்துத் தகர்த்தது. அவ் வழியாக மண்டிற்று ஏனாதியின் சேனை. அதை மறித்துத் தடுத்து மானப் போர் புரிந்தனர் மலைநாட்டு வீரர். இரு திறத்தார் படையிலும் பொருது வீழ்ந்தவர் பலர். ஆயினும் ஏனாதியின் சேனை நெரித்தேறி வெற்றி பெற்றது; கோட்டையைக் கைப்பற்றியது. அன்று முன்னணியில் நின்று அரும்போர் புரிந்த வீரர் இருவர். அவர் ஏனாதியின் மாளிகைச் சேவகர்; ஒருவன் பெயர் சாத்தன்; மற்றவன் பெயர் சூரன். அவ் விருவரும் போர்க் களத்தில் விழுப்புண் பட்டு வீழ்ந்து மடிந்தனர். அவர், "கோட்டையை அழித்து நன்றுசெய்து பட்டார்" என்று பாராட்டினான் ஏனாதி நாதன்; உயிர் கொடுத்துப் புகழ் கொண்ட இருவர்க்கும் வீரக்கல் நாட்டிப் போற்றினான்.[4]

மாராயப் பட்டம்

மன்னர் வழங்கிய மற்றொரு பட்டம் மாராயம் என்பது. தொல்காப்பியர் காலத்திற்கு முன்னரே இப் பட்டம் தமிழ் நாட்டில் வழங்கிற்று.[5] இராஜராஜசோழன் தஞ்சையில் அரசாண்டபோது மாராயப் பட்டம் பெற்ற சேனாதிபதி ஒருவன் சிறந்து விளங்கினான்; அவன் மலைநாட்டின்மேற் படையெடுத்தான்; சேர பாண்டியரைச் செருக்களத்தில் வென்றான்; விழிஞம் என்னும் துறைமுகத்தைக் கைக்

---

4. பாண்டியர் வரலாறு (நீலகண்ட சாஸ்திரியார்), ப. 86.

5. தொல்காப்பியம், பொருள், 63.

கொண்டான்.[6] கீர்த்தி வாய்ந்த அச் சேனாதிபதிக்குப் பஞ்சவன் மாராயன் என்ற பட்டம் வழங்கினான், வீர மன்னனாகிய இராஜராஜன்; அவனை வேங்கை நாட்டுக்கும் கங்க நாட்டுக்கும் மகா தண்ட நாயகனாக நியமித்தான். மாராயம் என்னும் பெயருடைய ஊர்கள் தமிழகத்தில் உண்டு.[7]

தளவாய் அரியநாதர்

அரியநாதர்

பேராண்மை வாய்ந்த படைத் தலைவருக்குத் தளவாய் என்ற பட்டமும் அளித்தனர் பெருவேந்தர். தமிழ் நாட்டில் நானூறு ஆண்டுகளுக்கு முன்னரே அப் பட்டம் பெற்று விளங்கியவர் அரியநாதர். காஞ்சி மாநகர்க்கு அருகேயுள்ள மெய்ப்பேடு என்னும் சிற்றூரில் ஓர் எளிய வேளாண் குடியிற் பிறந்தவர் அவர்; வாழ்தல் வேண்டி வடக்கே சென்றார்.

தளவாய்ப் பட்டம்

அந் நாளில் துங்கபத்திரை யாற்றங்கரையில் விஜயநகரப் பேரரசு தலைசிறந்து விளங்கிற்று. அத் திருநகரில் கிருஷ்ண தேவராயர் அரசு வீற்றிருந்தார். மதிநலம் வாய்ந்த அரியநாதர் அவர் அன்புக்கும் ஆதரவுக்கும் உரியராயினார்; படைக்கலப் பயிற்சி பெற்றார்; வட நாட்டினின்றும் போந்த பேர் பெற்ற மல்லன் ஒருவனை மற்போரில் வென்று மன்னன் மனத்தை மகிழ்வித்தார்; கணிதப் புலமையால் அவன் உள்ளம் கவர்ந்தார்; போர்க் களங்களில் கண்ணுங் கருத்துமாய் நின்று வெற்றி மேல் வெற்றி பெற்றார்; மன்னன் மனம் உவந்து அவர்க்குத் தளவாய்ப் பட்டமும் வரிசையும் அளித்தான்.

---

6. முதல் இராஜராஜசோழன் (உலகநாத பிள்ளை). ப. 30.

7. கீழ்மாராயம் என்னும் ஊர் தஞ்சை நாட்டுக் கும்பகோண வட்டத்தில் உள்ளது.

அரியநாதர் சேவை

விஜயநகரப் பெருவேந்தரின் கர்த்தாக்களாக நாயக்கர் தமிழ்நாட்டை ஆளத் தலைப்பட்டார்கள். அவர் ஆட்சிக்கு அடிப்படை கோலியவர் விஸ்வநாதர் என்னும் நாயக்கர். அவரும் அரியநாதரும் ஆருயிர் நண்பர்கள். இருவரும் தமிழ்நாட்டில் அரும்பணி ஆற்றினர்; குழப்பத்தை ஒழித்தனர்; வளப்பத்தைப் பெருக்கினர்; பாளையங்களை வகுத்தனர்; பயிர்த்தொழிலை வளர்த்தனர். அவர் முயற்சியால் அமைதியும் ஆக்கமும் பெற்றது தமிழகம்.

அரிய நாயகபுரம்

இத்தகைய நலம் புரிந்த அரியநாதருடைய கைவண்ணமும், மெய்வண்ணமும் இன்றும் தென்னாட்டில் விளங்கக் காணலாம். திருநெல்வேலிக்கு அருகே பொருனை யாற்றங்கரையில் அமைந்துள்ள அரிய நாயகபுரம் என்ற வளமார்ந்த சிற்றூர் அவர் பெயர் தாங்கி நிலவுகின்றது. மதுரையம்பதியில் குதிரையின்மீது அமர்ந்த கோலத்தில் அவர் உருவச்சிலை இன்றும் காட்சியளிக்கின்றது.

14. பேர் தெரியாப் பெருவீரர்

தமிழ்நாட்டில் நிகழ்ந்த போர்களில் வீரம் விளைத்தவர் எண்ணிறந்தவர். அன்னார் பீடும் பெயரும் முறையாக எழுதப்படவில்லை. ஆயினும், அவர் ஆண்மைக்குச் சில ஊர்களே சான்றாக நிற்கின்றன.

பாலாற்று வென்றான்

பாலாற்றங் கரையில் நிகழ்ந்த போர்கள் பலவாகும். அப் போர்க்களங்களில் பெருகிய செந்நீர் பாலாற்றில் சுரந்த தண்ணீரோடு கலந்து ஓடிற்று. அவ்வாற்றங்கரையில் வெம் போர் புரிந்து வெற்றி பெற்றான் ஒரு வீரன். அவனைப் "பாலாற்று வென்றான்" என்று தமிழ் நாட்டார் பாராட்டினர். அப்படிப்பட்ட பெயர் கொண்ட பல ஊர்கள் இன்றும் ஆர்க்காட்டு வட்டத்தில் உண்டு.[1]

செய்யாற்று வென்றான்

அவ்வாறே செய்யாற்றங்கரையில் நடந்த போரில் மாற்றாரை வென்று மேம்பட்டான் ஒரு தலைவன். அவனைச் "செய்யாற்று வென்றான்" என்று சீராட்டினர் தமிழ் மக்கள். அவ் விருதுப் பெயரும் ஊர்ப்பெயராயிற்று.[2]

---

1. வட ஆர்க்காட்டு ஆரணி வட்டத்தில் பாலாற்று வென்றான் என்ற ஊர் உள்ளது; வேலூர் வட்டத்தில் அப் பெயருடைய மற்றோர் ஊர் உள்ளது.

2. வட ஆர்க்காட்டுச் செய்யாற்று வட்டத்தில் செய்யாற்று வென்றான் என்னும் ஊர் உண்டு; தென் ஆர்க்காட்டு விழுப்புர வட்டத்தில் செய்யாற்று வென்றான் என்ற மற்றோர் ஊர் உள்ளது.

தமிழ்நாட்டார் சீர்குலைந்து சிறுமையுற்றமையால் அவ்வூர்ப் பெயர்களும் சிதைவுற்றன. பாலாற்று வென்றான், செய்யாற்று வென்றான் என்ற பெயர்கள் முறையே பாலாத்து வண்ணான் எனவும், செய்யாத்து வண்ணான் எனவும் இப்பொழுது மருவி வழங்குகின்றன. மாறுபட்ட பகைவரை முடுக்கியடித்த வீரத்தலைவரை, ஆற்றங்கரையில் ஆடையை மடித்துத் துவைக்கும் வண்ணாராகக் காண்கிறது இக்காலத் தமிழகம் !

சரந்தாங்கி

இன்னும் சரமாரி பொழியும் போர்க்களத்தில் சஞ்சலமின்றி நின்று போர் புரிந்தனர் தமிழ் நாட்டு மெய்வீரர். மாற்றார் வில்லினின்று எழுந்து வந்த அம்புகளை மலைபோன்ற தன் மார்பிலே தாங்கி நிலைகுலையாமல் நின்றான் ஒரு வீரன். அவ் வீரத்தைக் கண்டு வியந்தனர் இரு திறத்தாரும்; ‘சரந்தாங்கி’ என்றும் சிறப்புப் பெயர் அளித்துச் சீராட்டினர். அறந்தாங்கிய சீலன் பெயர் தஞ்சை நாட்டிலே ஓர் ஊருக்கு அமைந்தாற் போன்று சரந்தாங்கிய வீரன் பெயர், பாண்டி நாட்டு நிலக்கோட்டை வட்டத்தில் ஓர் ஊரின் பெயராக நின்று நிலவுகின்றது.

கணை முறித்தான்

வில்லாண்மையுடைய மற்றொரு வீரன் மாற்றார் விடுத்த கொடுங்கணைகளைத் தன் நெடுங் கரத்தாற் பற்றினான்; முறித்தெறிந்தான்; அவ் வருஞ்செயலைக் கண்டு வியந்தது வீரர் உலகம். ‘கணை முறித்தான்’ என்பது அவனுக்குரிய சிறப்புப் பெயராயிற்று. அப் பெயர் பெற்ற ஊர் தென்னாட்டு அறுப்புக்கோட்டை வட்டத்தில் உள்ளது.

பயமறியான்

“அச்சமில்லை, அச்சமில்லை, அச்சமென்பதில்லையே” என்று பாடினார் பாரதியார். அதற்கு எடுத்துக் காட்டாக முன்னாளில் விளங்கினான் ஒரு வீரன். அவனைப்

'பயமறியான்' என்று தமிழகம் பாராட்டியது. தஞ்சை நாட்டிலே அறந்தாங்கி வட்டத்தில் உள்ள 'பயமறியான்' என்ற ஊர் அவன் பெயர் தாங்கி நிற்கின்றது.

அழியாத நினைவுச் சின்னம்

இன்னும் மறம் அடக்கி, அமர் அடக்கி, எப்போதும் வென்றான் முதலிய பட்டப் பெயர்கள் இப்போதும் ஊர்ப் பெயர்களாக வழங்குகின்றன. இத்தகைய வீரம் விளைத்தவர் இன்னார் என்பது விளங்கவில்லை; அவர் ஊரும் பேரும் தெரியவில்லை; குலமும் குடியும் துலங்கவில்லை. ஆயினும், அவர் காட்டிய வீரம் நம்நாட்டு ஊர்ப் பெயர்களில் நின்று ஒளிர்கின்றது. வீரற்கு நாட்டும் நடுகல் ஒருகால் அழியலாம்; உருவச் சிலை ஒடிந்து விழலாம்; ஆனால், ஊர்ப் பெயர்களில் வாழும் இவ் வீரர் புகழுக்கு எந்நாளும் இறுதியில்லை.

முடிவுரை

விழுமிய வீரம்

"தோன்றிற் புகழொடு தோன்றுக" என்றார் திருவள்ளுவர். அவ்வுரையின் வழிநின்று வீரப்புகழ் பெற்றது பழந் தமிழ்நாடு. பாரில் உயர்ந்த பனிவரை மேல் நின்றது பழந்தமிழர் வீரம். கங்கை நாட்டில் கதித்தெழுந்த பகைவரை அறுத்தது தமிழர் வீரம். கடல் கடந்து மாற்றாரைக் கலக்கியது தமிழர் வீரம். இது சென்ற காலத்தின் சிறப்பு.

மறவர் நிலை

அன்று நாற்றிசையும் போற்ற ஏற்றமுற்று வாழ்ந்த தமிழ்நாடு இன்று ஊக்கம் இழந்து உறங்குகின்றது. மன்னரும் மதிக்க வாழ்ந்த மறக்குலம் இடைக்காலத்தில் அடக்கி ஒடுக்கப்பட்டது. அக்குல வீரரது முறுக்கு மீசை உருக் குலைந்தது. பணைத்த தோள் பதங்குலைந்தது; மாற்றார் தலை பறித்த மறவரது நெடுங்கரம் இன்று கழனியிலே களை பறிக்கின்றது.

அணுகுண்டு

ஆயினும் தமிழர் வீரம் அறவே அழிந்துவிட வில்லை. வீறுபெற்றுத் தமிழர் தலையெடுக்கும் காலம் விரைந்து வருகின்றது. அக்காலத்தில் தமிழ் நாடு புத்துயிர் பெறும். வருங்காலம் அணுகுண்டுக் காலம் என்பர். ஆயிரம் ஆண்டுகளுக்கு முன்னமே அணுவையும் துளைத்து ஆராய்ந்தனர் தமிழர். நுண்மையான அணுவை நூறு கூறாக்கலாம் என்று கண்டனர் தமிழர்; அணுவின் நூறிலொரு கூறுக்குக் கோண் என்ற பெயரும் கொடுத்தனர். ஆதலால் அணுகுண்டைக் கண்டு துணுக்கமுறுபவர் தமிழர்

பாடுவேன்? போர்க்களத்தை நீங்கள் கண்ணால் கண்டதுண்டா? வறுமை வாய்ப்பட்ட அறிஞர் வாய் விட்டுரைப்பதைச் செவியால் கேட்டதுண்டா? எவரேனும் உம்மால் எள்ளளவு நன்மையேனும் இதுவரையில் பெற்ற துண்டா? எட்டாத மரத்தில் எட்டிக்காய் பழுத்தாற் போன்றது உம்மிடம் உள்ள செல்வம்" என்று வசைபாடி அவ்விடம் விட்டு அகன்றார். செல்வர் இருவரும் தருக்கிழந்து தாழ்வுற்றனர்.

ஔவையாரும் அதிகமானும்

இத்தன்மை வாய்ந்த ஔவையார் ஆண்மையாளரை வாயார வியந்து பாடியுள்ளார். அதிகமான் என்ற தலைவன் அப்பேறு பெற்றவன். அவ் வீரனுக்காகத் தொண்டை மானிடம் தூது செல்லவும் இசைந்தார் ஔவையார்.

தகடூர் யாத்திரை

அதிகமானும் சேரமானும்

அதிகமானும் சேரமானும் ஒரு குடும்பத்தைச் சேர்ந்தவர்கள். சேரமான் மலைநாட்டை யாண்டான். அதிகமான் கொங்கு நாட்டில் அரசு புரிந்தான். இருவரும் படைத்திறம் வாய்ந்தவர்; வீரப்புகழை விரும்பியவர்; ஆதலால் போர் தொடுத்தனர்.

தகடூர்ப் போர்

அதிகமானுக்குரிய நாட்டின்மேற் படையெடுத்தான் சேரன்; வலிமைசான்ற தகடூர்க் கோட்டையை முற்றுகை யிட்டான்; தாக்கித் தகர்த்தான்; வெற்றி பெற்றான். பொன் முடியார் என்பவர் அக்காலத்திலிருந்த கவிஞர்; நிகழ்ந்த போரை நேரில் கண்டவர். தகடூர்க் கோட்டையின் திண்மையும், அதிலமைந்த பலவகைப் பொறிகளும், படையின் பெருக்கமும் அவர் பாட்டால் அறியலாகும். போர்க்களத்தில் வீரம் விளைத்த பெரும் பாக்கன் என்ற படைத் தலைவனும் அவரது பாட்டில் அமையும் பேறு பெற்றான்.

தகடூர் யாத்திரை

தகடூர் யாத்திரை என்னும் தமிழ் நூல் அப்படை யெடுப்பின் தன்மையையும், போரின் வெம்மையையும் எடுத்துரைக்கின்றது. பெரும்பான்மை உரை நடையாகவும், சிறுபான்மை செய்யுளாகவும் அமைந்தது அந் நூல்.

அதிகமான் பெருமை

தகடூர் என்னும் மூதூர் இக்காலத்தில் தருமபுரி என்ற பெயர் கொண்டு வழங்குகின்றது. அதனருகே அதமன் கோட்டை என்ற சிற்றூர் உண்டு. அதிகமான் பெயரால் அமைந்தது அக்கோட்டை; அதிகமான் கோட்டை என்பது அதமன் கோட்டை என மருவிற்று. அக் கோட்டை இடிந்தது; கொற்றவன் மடிந்தான். ஆயினும் அதிகமான் பெயர் இன்னும் அழியாது நின்று நிலவுகின்றது.

செங்கோன் தரைச் செலவு

செங்கோன் படையெடுப்பு

செங்கோன் என்பவன் பழங்காலத் தமிழரசருள் ஒருவன். அவன் ஆண்ட நாடு பெருவளநாடு, அந்நாட்டில் மணிமலையும், பேராறும், முத்தூரும் இருந்தன என்பர். அம் மன்னவன் அயல் நாட்டின்மீது படையெடுத்தான்; போர் புரிந்தான்; வெற்றி பெற்றான். அப்போரைப் பாடினார் சேந்தன் என்ற செந்தமிழ்க் கவிஞர். “செங்கோன் தரைச் செலவு” என்பது அப்பாட்டின் பெயர். யாத்திரை என்ற வடசொல்லைப் போலவே செலவு என்ற தமிழ்ச் சொல்லும் படையெடுப்பைக் குறிப்பதாகும். எனவே, தரைவழியாகச் செங்கோன் படையெடுத்து மாற்றாரை வென்ற செய்தி அப்பாட்டிலே குறிக்கப்பட்டதென்று கருதலாம்.

களவழி நாற்பது

செங்கண்ணனும் சேரமானும்

சோழ மன்னனாகிய கோச் செங்கண்ணனும், சேரமானும் மாறுபட்டனர். கழுமலம் என்னும் இடத்தில்

இருவர் சேனைக்கும் பெரும்போர் நிகழ்ந்தது. சேரமான் தோற்று ஓடினான். அவனைப் பிடித்துச் சிறைக் கோட்டத்தில் அடைத்தான் செங்கட் சோழன்.

களவழிப் பாட்டு

போர் நிகழ்ந்த களத்தைப் புகழ்ந்து பாடினார் பொய்கையார். நாற்பது பாட்டுடைய அந் நூல் "களவழி நாற்பது" என்னும் பெயர் பெற்றது. செருக்களத்தில் உருத்து நின்ற வீரரின் ஏற்றமும், குருதி சொரிந்த யானைகளின் தோற்றமும் சொல்லோவியமாக அக் களவழியிலே எழுதிக் காட்டப்படுகின்றன. கருங்குன்று போன்ற யானைகள் குருதியிலே மூழ்கிச் செங்குன்றுபோலக் காட்சியளித்தன என்றும், கையறுபட்ட யானைகள் பவளம் சொரியும் பைபோல் செந்நீர் உகுத்தன என்றும், துணிபட்ட துதிக்கையைத் தூக்கிச் செல்லும் பறவைகள் கருநாகத்தைக் கவ்வி எழுகின்ற கருடனை ஒத்தன என்றும் போர்க் களத்தைப் புனைந்துரைத்தார் பொய்கையார்.

அக் களப்பாட்டைக் கேட்டான் வளவர் கோமான்; செந்தமிழ்க் கவிதையின் சுவையை நுகர்ந்தான்; செவ்விய இன்பமுற்றான்.

பாவலர் விண்ணப்பம்

அந் நிலையில் ஒரு விண்ணப்பம் செய்தார் கவிஞர்: "அரசே, உன் படைத்திறத்தால் பகைவரை யெல்லாம் அடக்கினாய்; போரை ஒடுக்கினாய்; மாற்றார் தந்த மட்டற்ற திறைப் பொருளால் மாடக் கோயில்கள் கட்டினாய். 'ஈசன் கழலேத்தும் செல்வமே செல்வம்' என்பதைச் செய்கையிலே காட்டினாய். நீ ஆளும் தமிழ் நாடு தெய்வத் திருநாடு. இந் நாட்டில் எவரும் கவலையுற்றுக் கண்ணீர் வடித்தல் ஆகாது. உன்னோடு போர் செய்து தோற்ற சேரமான் சிறையிடைத் தேம்புகின்றான். அம் மன்னனைச் சிறையினின்றும் விடுவித்தருளல் வேண்டும். உன் சிறைக் கோட்டம் அறக்கோட்டமாதல் வேண்டும்" என்று மன்னன் சேவடி தொழுது நின்றார்.

சேரமான் விடுதலை

அம் மொழி கேட்ட வளவன் முகம் மலர்ந்தது. பொய்கையார் விரும்பிய வண்ணமே ஆணை பிறந்தது. சிறைக் கதவும் திறந்தது. சேரமான் வந்து சோழனடி பணிந்தான். செங்கண்ணன் அவனை அமர்ந்து நோக்கினான்; ஆர்வமுற எடுத்தணைத்தான்; முடி மன்னர்க்குரிய சிறப்பெல்லாம் அளித்தான்; மலை நாட்டுக்கு அனுப்பினான். 'காவலன் கண்ணீரைக் களவழி மாற்றியது' என்று எல்லோரும் களிகூர்ந்தார்.[1]

கலிங்கத்துப் பரணி

கலிங்கத்துப் பரணி

கலிங்க நாட்டின்மீது படையெடுத்து வெற்றி பெற்ற குலோத்துங்க சோழன் ஒரு பரணிப் பாட்டின் தலைவனாயினான். கலிங்கத்துப் பரணி என்று வழங்கும் அக் கவிதை தமிழ் நாட்டாரது வெற்றியை முழக்கும் வீர முரசம்.

பரணித் தலைவன்

போர்க்களத்தில் ஆயிரம் யானைகளை வென்றுயர்ந்த வீரனே பரணிப் பாட்டின் தலைவனாக அமையத் தக்கவன் என்பது தமிழர் கொள்கை. கலிங்கப் போரில் மாற்றாரது பல்லாயிரக்கணக்கான யானைப் படையை அழித் தொழித்தது குலோத்துங்கன் சேனை. வெற்றி பெற்ற அரசனைப் புகழும் வாயிலாகச் சோழர் குலத்தின் நலத்தையும், நாட்டின் வளத்தையும் நன்கு எடுத்துக் காட்டுகின்றது பரணிப் பாட்டு.

புகழ் புரிந்த சோழர்

அப்பாட்டிலே தவறு செய்த தன் மகனை முறை செய்து அழியாப் பெருமையுற்ற மனுவேந்தனைக்

1. இதனை வேறு வகையாகக் கூறுதலும் உண்டு. சூரிய நாராயண சாஸ்திரியார் எழுதிய 'மானவிஜயம்' முதலிய நூல்களிற் காண்க.

காணலாம். அடைக்கலமாக வந்தடைந்த புறாவின் உயிரைக் காக்குமாறு தன் பொன்மேனியை அரிந்திட்ட புரவலனைக் காணலாம்; மாற்றாருடைய வானக் கோட்டைகளைத் தகர்த்தெறிந்த தனிப்பெரு வேந்தனைக் காணலாம். செஞ்சொற் கவிதையால் வெஞ்சினம் தீர்ந்து சிறைபிடித்த சேரனை விடுவித்தருளிய செங்கண்ணனையும் காணலாம்.

பரணிக்கோர் சயங்கொண்டான்

இத்தகைய சீர்மை வாய்ந்த கலிங்கத்துப்பரணி பாடிய கவிஞர் நன்னிலம் என்ற ஊருக்கு அருகேயுள்ள தீபங்குடியிற் பிறந்தவர்; 'செயங்கொண்டார்' என்னும் சிறப்புப் பெயர் வாய்ந்தவர்; 'கவிச் சக்கரவர்த்தி'ப் பட்டம் பெற்றவர்; அவர் பாடிய கலிங்கத்துப் பரணியைப் பின்பற்றி ஒட்டக்கூத்தர் முதலாய கவிஞர் பரணிப்பாட்டு இசைத்தார்கள். ஆயினும், இன்றளவும் கலிங்கத்துப் பரணியே தலை சிறந்த பரணியாகக் கற்றோரால் மதிக்கப்படுகின்றது. "பரணிக்கோர் சயங்கொண்டான்" என்று பாராட்டப் பெற்றார் அக் கவியரசர்.

15. வீரப் புகழ்மாலை

வீரமும் ஈரமும்

தமிழ் நாட்டுக் கவிகள் எஞ்ஞான்றும் படைத்திறத்தையும் கொடைத் திறத்தையும் பாராட்டிப் பாடுவர். "பேராண்மையும் ஊராண்மையும் உடையவர் மேலோர்; அவரே புகழத் தக்கவர். வீரமும் ஈரமும் அற்றவர் கீழோர். அன்னாரைப் பாடுதல் கவிதைக்கு இழுக்கு; நாவிற்கு அழுக்கு" என்பது அவர் கொள்கை.

ஔவையாரும் செல்வரும்

புலமையுலகத்தில் ஔவையாருக்குத் தனிப்பெருமை உண்டு. "ஔவை வாக்குத் தெய்வ வாக்கு" என்று கருதப் பட்டது. ஆதலால், அரசரும் செல்வரும் அவர் வாயால் வாழ்த்துப் பெற ஆசைப்பட்டார்கள்; ஒருநாள் ஔவையார் ஒரு சிற்றூரின் வழியாகச் சென்றுகொண்டிருந்தார். அவ்வூர்ச் செல்வர் இருவர் அவரிடம் போந்து, "அம்மையே உமது வாக்கால் எம்மையும் பாடுக" என்று வேண்டி நின்றார்.

வசைப் பாட்டு

அவ்விருவரையும் நன்றாகத் தெரிந்தவர் ஔவையார். வீரத்திற்கும் அவருக்கும் வெகு தூரம். போர்க்களத்தின் அருகே அவர் போனதில்லை. ஈரமும் இரக்கமும் அவர் மனத்தை எட்டிப் பார்த்ததில்லை. இத்தகைய பதடிகள் பாட்டுப் பெற ஆசைப்பட்டது கண்டு ஔவையார் உள்ளத்துள்ளே நகைத்தார்; அருகே நின்ற இருவரையும் குறுநகையுடன் நோக்கி, "செல்வச் சேய்களே ! என் பாட்டு வேண்டும் என்று கேட்கின்றீர்களே ! உம்மை நான் எப்படிப்

அல்லர்; அதனை வெல்லுமாறறிந்து மேலே செல்லுவர். பழமையும் பெருமையும், ஆண்மையும் அறிவும் வாய்ந்த தமிழ்நாடு ஒருமையுடன் உழைத்தால் பெருமையடையும்; வருங்காலத்தில் பாரத நாட்டின் மணிமுடியாகத் திகழும்; ஆசிய கண்டத்தின் அவிரொளியாக விளங்கும். ஒன்றுபட்டால் தமிழர்க்கு உண்டு வாழ்வு.

"வாழிய செந்தமிழ்; வாழ்க நற்றமிழர்."

முற்றிற்று.